डिझाईन युअर करिअर

श्रीनिवास पंडित

अनुवाद
सुप्रिया वकील

मेहता पब्लिशिंग हाऊस

DESIGN YOUR CAREER by SHRINIVAS PANDIT
© Shrinivas Pandit
Translated into Marathi Language by Supriya Vakil

डिझाईन युअर करिअर / मार्गदर्शनपर

अनुवाद : सुप्रिया वकील

Email : author@mehtapublishinghouse.com

मराठी अनुवादाचे व प्रकाशनाचे हक्क : मेहता पब्लिशिंग हाऊस, पुणे.

प्रकाशक : सुनील अनिल मेहता, मेहता पब्लिशिंग हाऊस,
१९४१, सदाशिव पेठ, माडीवाले कॉलनी, पुणे - ४११०३०.

मुद्रक : ट्रिनिटी अॅकॅडमी फॉर कॉर्पोरेट ट्रेनिंग लिमिटेड

मुखपृष्ठ : चंद्रमोहन कुलकर्णी

प्रकाशनकाल : मे, २००७ / सप्टेंबर, २००८ / पुनर्मुद्रण : नोव्हेंबर, २०१४

किंमत : ₹ १३०

P Book ISBN 9788177668353
E Book ISBN 9788184985771
E Books available on : amazonkindle Apple Books Google Play Books

---

आयुष्यात काहीतरी साध्य करून
दाखवण्याचे संस्कार घडवणाऱ्या
सुलोचना दामोदर पंडित
या माझ्या आईस

अभिप्राय

नोकरीविरहित अर्थव्यवस्थेत समृद्धी साधण्याचा मार्ग

सकाळ : सप्तरंग, दि. २२ नोव्हेंबर २००९, रविवार

प्रस्तावना

"एखादी संकल्पना निवडा. त्या संकल्पनेला तुमचे जीवन बनवा - त्यावर विचार करा, तिचेच स्वप्न पाहा, ती संकल्पना जगा... त्या संकल्पनेनं अंतर्बाह्य भारून जा आणि इतर सगळ्या गोष्टी बाजूला ठेवा. हा यशाचा मार्ग आहे."

- स्वामी विवेकानंद

आपल्यासमोर 'नोकरीविरहित' जगाचे भीषण वास्तव उभे ठाकले आहे. सन २००० ते २०२० या काळात नोकऱ्या नष्ट होण्याचे प्रमाण अधिक राहील असा अपारंपरिक, आधुनिक विचारसरणीच्या मंडळींचा अंदाज आहे. ही काही तात्पुरत्या स्वरूपाची मंदी नाही; तर ही जिला आपण 'नोकरी' असे संबोधतो, तिची अखेर आहे. केवळ कर्मचारी अथवा कामगारांच्या नोकऱ्यांवरच संक्रांत आली आहे असे नव्हे तर, पर्यवेक्षकीय व व्यवस्थापकीय नोकऱ्याही प्रचंड वेगानं लुप्त होत आहेत. ज्या लोकांना परिवर्तनाला कसे तोंड द्यायचे ते ठाऊक नाही त्यांच्या दृष्टीनं हे अचानक समोर उभे ठाकलेले महासंकट आहे. तथापि, ज्या लोकांची या बदलत्या जगाशी जुळवून घेण्यासाठी नवे मार्ग शिकण्याची व ते आत्मसात करण्याची तयारी आहे, त्यांच्या दृष्टीने विपुल संधी आहेत.

यातील सर्वांत महत्त्वाचा मुद्दा असा की, आपली विचारसरणी व कृती एखाद्या उद्योजकासारखी असली पाहिजे. प्रत्येक कर्मचाऱ्याने आपले काम करताना, हा उद्योग आपला स्वत:चाच आहे असे समजून काम करायला सुरुवात केली पाहिजे. तुम्ही पदवीधर अभियंता असा, सॉफ्टवेअर सल्लागार, चार्टर्ड अकौंटंट, व्यवस्थापनशास्त्र पदवीधर अथवा इतर कोणत्याही शाखेत पारंगत असा; तुमचे काम कायमस्वरूपी, तात्पुरते, शिकाऊ, अर्धवेळ अशा कोणत्याही स्वरूपाचं असो किंवा तुम्ही नवउद्योजक असाल-तरी हे पुस्तक तुम्हाला तुमच्या करिअरच्या आखणीची ताजी 'ब्ल्यूप्रिंट' तयार करायला साहाय्य करेल.

तुम्ही ज्ञानक्षेत्रातील कामगार असणे हीच तुमची सर्वांत मोठी जमेची बाजू आहे. या पुस्तकात तुम्हाला तुमच्या करियरची सर्वांत सुयोग्य आखणी करण्यासाठी स्वत:मधील सर्वोत्तम गोष्टी कशा प्रकट करता येतील त्याबद्दल शिकता येईल.

असाध्य आजार

'नोकरी' म्हणजे आपल्या दृष्टीनं जीवनभराची सुरक्षितता, सुट्या, सोयी-सवलतींची लयलूट असा अर्थ आहे, पण आता बहुतांश कर्मचाऱ्यांच्या दृष्टीने ही गोष्ट डळमळीत स्वरूपाची होऊ लागली आहे. नोकऱ्या नष्ट होत आहेत, हे वास्तव कुणीही-म्हणजे कामगार नेते, स्थानिक लोकांना नोकऱ्या मिळण्याचा पुरस्कार करणारे कार्यकर्ते किंवा परोपकारी सरकार यातलं कुणीही-रोखू शकत नाही. संघटनांची सामुदायिक सौदेबाजी, एकगठ्ठा मते व अर्थशास्त्राला सोडून असणारे कामगार कायदे यामुळे कित्येक वर्षे सरकार व खाजगी क्षेत्रातील कर्मचाऱ्यांना नोकऱ्यांचे खच्चीकरण सोसणे भाग पडले आहे. ही गोष्ट आता इथून पुढे त्यांना अजिबात परवडणारी नाही, हे गेल्या दशकात सुस्पष्ट झाले आहे.

व्यवसाय-उद्योग व सरकार मध्ये नोकऱ्या अगदी अल्प प्रमाणात तग धरून राहू शकतील. पण या नोकऱ्यांमध्ये करियर घडवू इच्छिणाऱ्या अथवा जीवनात प्रगती करू इच्छिणाऱ्या लक्षावधी लोकांसाठी कुठला आशेचा किरण दिसावा अशी परिस्थिती नाही. सुरक्षित नोकऱ्या मोठ्या संख्येने लुप्त होऊन 'नोकरीविरहित अर्थव्यवस्थेच्या' दिशेनं वाटचाल सुरू आहे. जन्म-मृत्यू नोंदणीविषयक अहवालांवरून तज्ज्ञांचा अंदाज आहे की, २०१५ सालापर्यंत भारताच्या लोकसंख्येच्या ६०% जनता तिशीच्या आतील असेल. अशा परिस्थितीत, नोकरीविरहित अर्थव्यवस्थेतल्या तरुणांची 'सुरक्षित नोकरी' च्या जुन्या मानसिकतेतून मुक्तता करण्याच्या दृष्टीने जडणघडण केली नाही तर ते विधायकपणे कर्तृत्व कसे काय दाखवू शकतील?

आपण जाणीव व कृती यांमध्ये बदल घडवून या नोकरीच्या दुष्काळाचा सामना करायला हवा. नोकऱ्या नष्ट होतील, पण भरपूर काम (Work) उपलब्ध होईल, आणि तुम्हाला तुमच्या कामाचा पुरेसा मोबदलाही मिळेल. आपण नोकऱ्यांच्या माध्यमाविनाही काम करू शकतो. हे सगळे कसे करायचे, ते तुम्हाला या पुस्तकातून शिकता येईल.

आज आपल्याला 'नोकरी'चे सुरक्षित कवच नाहीच, शिवाय आपल्याला नव्यानं व्याख्या करण्यात आलेल्या-उच्च दर्जाची कामगिरी (High Quality Performance) घडवून दाखवण्याच्या दबावाला तोंड द्यावे लागत आहे. हे साध्य करण्यातील महत्त्वपूर्ण बदलते घटक (Variables) म्हणजे समस्यांची उकल करण्याच्या दृष्टीने मानसिक जडणघडण, स्फूर्तिदायी आदर्श (Role Models) आणि फलनिष्पत्ती घडवणारी नवी कार्यपद्धती.

तंत्रज्ञानाने कार्याला (Work) 'नोकरी' (Job) च्या जोखडातून ज्या पद्धतीने मुक्त केले आहे ते अतिशय विस्मयकारक आहे. कामाचा मुक्त प्रवाह कामाचा परिपाठ बदलून टाकत आहे. कामाच्या पुनर्मांडणीतून करिअरचे असंख्य नवे झगझगीत मार्ग उजळत आहेत. पश्चिमेकडील देशांत, दळणवळण व संपर्कक्षेत्रातील तंत्रज्ञानाच्या विलक्षण प्रगतीमुळे कार्यप्रवृत्त होणाऱ्या कर्मचाऱ्यांच्या संख्येत जलदगतीनं वाढ झाली आहे कारण त्यांच्या जुन्या 'नोकऱ्यां'ची जागा आता नव्या 'असाईनमेंटस्' नी घेतली आहे.

तुमचा स्वतःचा मार्ग शोधा

नोकरीवर आधारलेल्या पारंपरिक बाजारपेठेत नोकरी कशी शोधावी, याबाबत मार्गदर्शन करणारी पुस्तके उपलब्ध आहेत, पण नोकरीविरहित अर्थव्यवस्थेत टिकाव धरून राहण्यासाठी मार्गदर्शन करणारे साहित्य नाही. हे पुस्तक तुम्हाला दिशा दाखवेल, मार्ग दाखवेल. तुमचा वैयक्तिक कल व क्षमता आणि अर्थव्यवस्थेच्या नव्या गरजा यांना अनुरूप होईल असे करियर आखण्यात हे पुस्तक तुम्हाला साहाय्य करेल. हे पुस्तक म्हणजे परिवर्तनाला सामोरे जाण्याचे सॉफ्टवेअर (Managing- Change Software) आहे; एकदा तुम्ही यामध्ये नैपुण्य मिळवले की, त्याचे अनंत उपयोग आहेत.

या पुस्तकात, मी व्यवस्थापन समुपदेशक या भूमिकेत मला मिळालेल्या अनुभवसंचितातील काही व्यावहारिक सूचना, उदाहरणे व साधी-सोपी तंत्रे सांगितली आहेत, तसेच आपल्या आजूबाजूच्या तरुण-वृद्ध अशा आयुष्याच्या वेगवेगळ्या टप्प्यांवरील यशस्वी लोकांच्या विलक्षण करिअर आलेखातून गवसलेल्या काही बाबीही मांडल्या आहेत. या व्यक्तींनी कळप मनोवृत्तीचा त्याग करून आपले ध्येय साध्य करण्यासाठी अत्यंत खडतर वाटेवरून मार्गक्रमण केले आहे. तुम्ही या व्यक्तींकडून नशीब कसे बदलावे आणि आशादीप चेतवून समृद्धी कशी साधावी, ते शिकू शकता.

स्वतःला कमी लेखू नका. तुम्ही सर्जनशील व्यक्ती आहात. सदैव नव्या गोष्टी आत्मसात करण्यात व त्या प्रत्यक्ष आचरणात आणण्यात मग्न राहा. वाटेवर कधी पाऊल अडखळले तर, पुन्हा हे पुस्तक उघडा आणि पुन्हा मार्ग शोधायचा प्रयत्न करा. तुम्ही समाधानकारक करिअर निवडाल. त्यापाठोपाठ पैसाही येईल. हे पुस्तक तुमच्या मित्राला अथवा नातेवाइकाला भेट द्या, जीवनात चैतन्य फुलवणाऱ्या अशा या भेटीबद्दल ते तुम्हाला धन्यवाद देतील!

- श्रीनिवास पंडित

आभार

'डिझाईन युअर करिअर' या पुस्तकावर दोन वर्षे काम करत असताना मला विविध करिअर क्षेत्रांतील विकासाचे अमूल्य ज्ञान मिळाले. उद्योगक्षेत्रातील ज्या नेत्यांनी त्यांची जीवनकथा मला सांगितली त्यांचा मी ऋणी आहे. या व्यक्तींच्या करिअरचे आलेख अत्यंत स्फूर्तिदायक आहेत; मी त्यांचा कृतज्ञ आहे.

मी या व्यक्तींचे सचिव व त्यांच्या कार्यालयातील संपर्क विभागातील व्यवस्थापक यांचा - विशेषत: 'ग्लोबल टेली-सिस्टिम्स' च्या रूफिना फर्नांडिस, 'इन्फोसिस' चे ए. जी. पांडू, 'एचडीएफसी'चे आर. आनंद, 'एनडीडीबी' चे पी. ए. जोसेफ आणि 'थरमॅक्स' चे अहमद बंगलोवाला यांचा आभारी आहे.

आपल्या डॅडींचे व्यावहारिक मार्गदर्शन आपल्याबरोबरच इतरही अनेकांचे यशस्वी करिअर घडवण्यात साहाय्यकारी झाले आहे, ही गोष्ट जाणणारी माझी मुले-मुलगा नितीन पंडित व कन्या सौ. वृंदा किर्लोस्कर- यांनी मी नोकरीविरहित जगतात करिअर घडवण्याबाबत मार्गदर्शन करणारे पुस्तक लिहावे यासाठी माझ्यामागे टुमणे लावले होते. माझ्या कार्यशाळेत मला साहाय्य करणाऱ्या जयश्री पटवर्धन यांनी मला या पुस्तकलेखनाची सतत टोचणी दिली. मला हे शिवधनुष्य पेलण्यास प्रवृत्त केल्याबद्दल या तिघांचेही आभार.

पत्रकार परिमल चौधरी, आर्थिक सल्लागार जयंत खेर, बडोद्याच्या गिलबर्ट मॅक्सवेल इलेक्ट्रिकल्स प्रा. लि.चे व्यवस्थापकीय संचालक निशिगंध देशपांडे यांनी या पुस्तकाचा पहिला खर्डा वाचून उपयुक्त सूचना दिल्या, त्याबद्दल मी त्यांचे आभार मानतो.

'द हिंदू'चे उपसंपादक महेश विजापूरकर व 'बिझनेस इंडिया'चे कार्यकारी संचालक अतुल देशमुख यांचे उत्तम संपादक सुचवण्याबद्दल आभार, तसंच उल्का भडकमकर यांचे उत्तम संपादनाबद्दल आभार.

डॉली नझारेथने माझ्या संगणकावर वर्षभराहून अधिक काळ या पुस्तकासाठी

अनेक मसुदे सुहास्य वदनाने टंकलिखित केले. तिच्या या चिकाटीच्या कामाबद्दल तिचे मन:पूर्वक आभार. माझा हरकाम्या मदतनीस अनंत येल्लोंदे याचेही आभार. त्याने झेरॉक्स काढून आणण्यापासून ते गाडी चालवण्यापर्यंत सर्व प्रकारची कामे केली आहेत.

गेली दोन वर्षे या पुस्तकात आकंठ बुडाल्यामुळे माझा जिवलग मित्र व कुटुंबीय यांच्याशी संपर्क जवळपास नव्हताच, पण त्यांनी मला समजून घेतले याबद्दल त्यांचेही खूप खूप आभार.

माझी पत्नी-अंजली हिने माझ्या या लेखनाने झपाटलेल्या अवस्थेत बिनतक्रार साथ दिली. तिचे शतश: आभार.

या पुस्तकामध्ये अमूल्य योगदान देणाऱ्या काही व्यक्तींचा नामोल्लेख राहून गेला असेल, तर त्या सर्वांचेही आभार!

- श्रीनिवास पंडित

अनुक्रमणिका

नोकऱ्या नष्ट होतात, काम (Work) टिकून राहते

नोकऱ्यांचा दुष्काळ हे निष्ठुर वास्तव आहे. नोकऱ्या नष्ट होण्याचे वाढते प्रमाण धोक्याची घंटा देत आहे. फक्त कामगार, कारकून, व्यवस्थापक या लोकांना नोकऱ्या गमवाव्या लागत आहेत असे नाही, तर 'नोकरी' नामक संकल्पनेचे अस्तित्वच लोप पावत चालले आहे. आपण या प्रकरणामध्ये, हे कसे आणि का घडत आहे व त्यामुळे कुठवर नुकसान झाले आहे, हे पाहणार आहोत.

बेरोजगारी अनर्थाच्या खाईत लोटत आहे. २००२ सालापर्यंत फक्त भारतात हा आकडा ९४ दशलक्षांवर जाऊन पोहोचेल अशी अवस्था आहे. यामध्ये बेरोजगार अभियंते व व्यवस्थापक मिळून १० टक्के वाढवूया- म्हणजे बेरोजगारीचा एकूण आकडा १०३.४ दशलक्षांहून अधिक होईल. या संदर्भातील जागतिक स्थितीही धक्कादायक आहे. 'इंटरनॅशनल लेबर ऑर्गनायझेशन' (**ILO**) ने भाकित वर्तवले आहे की, जगातील कामगार शक्तीच्या एक तृतीयांश अथवा शंभर कोटी माणसे बेरोजगार असतील अथवा त्यांच्या क्षमतेपेक्षा कमी दर्जाच्या नोकरीत असतील. एका अंदाजानुसार, पंधरा ते चोवीस या वयोगटातील ६० दशलक्ष माणसं नोकरीच्या शोधात आहेत. बेरोजगार तरुणाई सौंदर्यविध्वंस, गुन्हेगारी, मादक द्रव्यसेवन, संघर्ष यांकडे वळण्याची शक्यता जास्त असते.

वास्तवाचा तक्ता

राजू रेड्डी - वय वर्षे ४२. एके दिवशी त्याच्यासमोर निष्ठुर वास्तव उभे ठाकते. आंध्र विद्यापीठातून मेकॅनिकल इंजिनिअर झालेला राजू ठाणे-बेलापूर पट्ट्यातील एका इंजिनिअरिंग फर्ममध्ये वीस वर्षे काम करतोय, आणि आज तो स्टोअर्स मॅनेजर पदावर आहे.

नवरात्र महोत्सवाचा आदला दिवस. त्या दुर्दैवी प्रभाती त्याचे वरिष्ठ त्याला त्यांच्या कार्यालयात बोलावून सांगतात,

"राजू, गुड मॉर्निंग. सॉरी. एक वाईट बातमी आहे. आपल्याकडचे व्यवस्थापनातील

कर्मचारी ३०० वरून २०० वर आणण्याचा निर्णय अखेर काल घेण्यात आला. मला सांगायला खेद वाटतो, पण तुझं पद रद्द करण्यात आलं आहे. राजू, तुला माहीत आहे की तू मला आवडतोस, आपले संबंध अतिशय चांगले आहेत, आपण उत्तम प्रकारे एकत्र काम केलं आहे. मला तुझी उणीव भासेल, पण मी या बाबतीत काहीही करू शकत नाही. बाजारपेठेतील तीव्र स्पर्धेच्या वातावरणात ग्राहकांच्या प्रचंड वाढत्या गरजांना तोंड देणं आणि उद्योग-व्यवसायाच्या भविष्यातील चित्रावर खऱ्या अर्थानं लक्ष केंद्रित करणं, यामुळं अशी परिस्थिती येऊन ठेपली आहे.''

राजू हतबुद्ध होतो. त्याच्यावर जणू कुऱ्हाडच कोसळली आहे.

'परमेश्वरा, हे माझ्याच वाट्याला का?' तो हताश होऊन विचार करतो.

त्याच्या पत्नीनं घरच्या जबाबदाऱ्या पार पाडण्यासाठी १० वर्षांपूर्वीच तिची नोकरी सोडली आहे. राजूच्या आजारी आईच्या वैद्यकीय उपचारांचा खर्च वाढता वाढता वाढे अशी स्थिती आहे. त्याची मुलगी-स्वाती ठाण्याच्या 'नॅशनल इन्स्टिट्यूट ऑफ इन्फर्मेशन टेक्नॉलॉजी' मध्ये सॉफ्टवेअरचे शिक्षण घेत आहे. त्याचा मुलगा वेंकट पवईच्या 'इंडियन इन्स्टिट्यूट ऑफ टेक्नॉलॉजी' मध्ये रुजू होणार आहे. अशा परिस्थितीत राजू या सगळ्या जबाबदाऱ्यांना कसा काय पुरा पडणार? त्याचे मन विचारांच्या आवर्तात सापडते. पुन्हा त्याच्या मनात तोच विचार येतो, 'हे माझ्याच वाट्याला का? आता मी काय करू? मी सदैव समजत राहिलो की, मी कर्मचारी – वृंदातील 'अविभाज्य' सदस्य आहे. आपल्याकडील मालाचा तपशील मला तोंडपाठ आहे, मी अक्षरशः माहितीचा खजिना आहे, आणि तरीही ...'

एक अतिशय आदर्श कर्मचारी नशिबाच्या लहरी तडाख्यामुळे उन्मळून पडतो...

त्याच्या मनात दररोज कामावर जाण्याच्या २० किमी अंतरात दिसणारी दृश्ये व संभाषणे फेर धरतात : रस्त्याच्या दुतर्फा दिसणारी कारखान्यांची कलेवरे; कारखान्यांच्या प्रवेशद्वारांबाहेर वेळ काढणारे उद्विग्न कामगार.

एकदा त्याच्या बसमधील एक उत्पादन व्यवस्थापक त्याला म्हणाले होते, ''गेल्या काही वर्षांत या भागातल्या १८०० युनिटस् पैकी ७५० युनिटस् बंद पडली आहेत आणि ५०,००० लोकांच्या नोकऱ्या गेल्या आहेत.''

गुणवत्ता निरीक्षक अधिकारी असणाऱ्या त्याच्या सहकाऱ्याने एका मुद्द्याकडे लक्ष वेधले होते, ''आणि यापैकी १० टक्के व्यवस्थापक आहेत, म्हणजे जवळजवळ ५००० व्यवस्थापक त्यांच्या ब्रीफकेसमध्ये पुन्हा नोकरीचे अर्ज घेऊन फिरत आहेत, सगळ्या नोकरभरती केंद्रांमध्ये स्वतःचे नाव नोंदवत आहेत.''

याच परिस्थितीची झळ कधी आपल्यालाही बसू शकेल, आपणसुद्धा याच आकडेवारीत समाविष्ट होऊ शकतो असा विचार त्यावेळी राजूच्या मनाला शिवलासुद्धा नव्हता, पण प्रत्यक्षात तसे घडले होते.

दररोज व्यवसाय-उद्योगविषयक नियतकालिकांतून एका कठोर वास्तवाला पुष्टी मिळत असते : कर्मचारी संख्या कमी करणे (Downsizing), खर्चात कपात करणे (Retrenching) आणि स्वेच्छानिवृत्ती योजना (VRS). हा कडू गोळीचा घोट केवळ कामगारांनाच नव्हे तर व्यवस्थापकांनाही गिळावा लागला आहे. आपल्या बहुराष्ट्रीय कंपन्यांमधल्या (MNCs) नोकऱ्या आरामदायी, कायमस्वरूपी आणि 'मरेपर्यंत' कायम आहेत असे ठामपणे मानणाऱ्यांनासुद्धा वास्तवाचा हा कडू घोट पचवावा लागला आहे.

खर्चकपातीची निर्दयी उदाहरणे नित्य ऐकायला मिळत आहेत. मीनाक्षी राममूर्ती (वय ३० वर्षे) – केरळमधील एका सार्वजनिक क्षेत्रातील गुणवत्ता नियंत्रण अधिकारी; दिलीप पेंडसे (वय ३५ वर्षे) – पुण्याजवळच्या एका विद्युत फर्ममधील लेखाअधिकारी; अमन हैदर (वय ५५वर्षे) – मुंबईतील एका औषध कंपनीच्या विक्री विभागातील महाव्यवस्थापक; मनप्रीत सिंग (वय ५० वर्षे) – दिल्लीच्या एका बहुराष्ट्रीय कंपनीतील 'कार्य' विभागाचे सरव्यवस्थापक... ही यादी वाढतेच आहे.

उद्योग-व्यवसायाच्या सर्वच क्षेत्रांत अशीच परिस्थिती आहे. अवजड अभियांत्रिकी, रसायन, औषध, विद्युत, इलेक्ट्रॉनिक्स, कापड उद्योग-लहान असो वा मोठा, सार्वजनिक क्षेत्रातील असो वा बहुराष्ट्रीय... सर्वत्र हीच अवस्था आहे.

सुखाचा वसंत सरला

* **द इकॉनॉमिक टाईम्स (४.११.१९९९) :** १३.०५३ SAIL कर्मचाऱ्यांनी स्वेच्छानिवृत्तीचा पर्याय निवडला आहे. त्यामध्ये १९६० कार्यकारी अधिकाऱ्यांचाही समावेश आहे. या कंपनीने गेल्या वर्षी ६००० कर्मचारी कमी केले आहेत.

* **द इकॉनॉमिक टाईम्स (१६.१०.१९९९) :** वातानुकुलित यंत्रणेतील बलाढ्य कंपनी – व्होल्टास स्वेच्छानिवृत्तीद्वारे २००० कर्मचाऱ्यांची कपात करत आहे.

* **द इकॉनॉमिक टाईम्स (५.१०.१९९९) :** अंबालाल साराभाई कंपनीत ६८० कर्मचाऱ्यांना स्वेच्छानिवृत्ती.

* **बिझनेस स्टॅन्डर्ड (१५.९.१९९९) :** द टिनप्लेट कंपनी ऑफ इंडिया लि. नं स्वेच्छानिवृत्तीचा लाभ मिळू शकणार नाही अशा ७२५ अतिरिक्त कर्मचाऱ्यांना शांततापूर्णरीतीने बाजूला करण्यासाठी बिहार सरकार व व्यापारी संघटनांशी त्रिदल करार केला.

* **बिझनेस स्टॅन्डर्ड (२४.८.१९९९) :** इंडियन एअरलाईन्सने वैमानिक

व अभियंत्यांना स्वेच्छानिवृत्ती देऊ केली आहे ; ४०० कर्मचारी स्वेच्छानिवृत्ती घेतील.

*** बिझनेस इंडिया (४.८.१९९९) :** स्वेच्छानिवृत्ती योजनेला मिळणाऱ्या प्रचंड प्रतिसादामुळे BHEL सचिंत - फक्त ५००० कर्मचारी या योजनेचा लाभ घेतील अशी अपेक्षा होती, परंतु ७००० कर्मचाऱ्यांनी स्वेच्छानिवृत्तीचा पर्याय निवडला आहे.

*** बिझनेस स्टॅन्डर्ड (१०.६.१९९९) :** IDBI ने ३००० पैकी १००० कर्मचाऱ्यांना गोल्डन 'शेकहँड' म्हणजेच भरपाईवजा मोबदला देऊन निरोप दिला.

जगात सर्वत्र अशाच प्रकारचे चित्र असल्याचे जाहीर होत आहे. जीवनभर नोकरीसाठी विख्यात असणारी भूमी-जपानमध्येही यापेक्षा वेगळे चित्र नाही.

जपानमधील कठोर निर्णय

* **द इकॉनॉमिक टाईम्स** (१९.१०.१९९९) : टोकियो, जपान : निस्सान कंपनीने २१००० कर्मचाऱ्यांना काही काळासाठी कामावरून कमी केले आहे (Lay Off) : "निस्सान मोटर कंपनीने कर्मचाऱ्यांना पुनर्रचनेची कडू गोळी गिळण्याची विनंती केली आहे. कंपनीचे म्हणणे आहे की, आम्ही कर्मचाऱ्यांची संख्या १४ टक्क्यांनी कमी करणार आहोत (म्हणजेच २१००० कर्मचाऱ्यांची कपात होणार आहे.) आणि मार्च २००१ पर्यंत निस्सानचे दोन प्रकल्प बंद करणार आहोत. नोकऱ्या कमी होण्याला कर्मचाऱ्यांच्या संख्येत वाढ व वेळेआधी निवृत्ती, तसेच नियमानुसार स्वाभाविक निवृत्ती हे घटक कारणीभूत ठरतील. नोकऱ्या कपातीमध्ये उत्पादन विभागातील ४०००, जपानी वितरक स्तरावरील ६५००, विक्री व प्रशासकीय कार्य क्षेत्रातील ६०००, कपातीच्या परिणामादाखल ५००० आणि संशोधन व विकास विभागातील सुमारे ५०० इतक्या नोकऱ्या कमी कराव्या लागणार आहेत."

स्वेच्छानिवृत्ती योजनेच्या (VRS) हिमदरडीखाली अनेकांची करिअर्स अर्ध्या वाटेतच गाडली गेली आहेत. या संकटाचा सामना करण्यासाठी कुठलेही आपत्ती व्यवस्थापन धोरण कामाचे नाही.

अत्यंत निर्दयीपणे नोकऱ्या हिरावणाऱ्या पाच कंपन्या

कंपनी	१९९४-९५	१९९७-९८
	(कपात/स्वेच्छानिवृत्ती योजना - संख्या)	
१. भारत कोकिंग कोल	१,४८,४४८	१,३५,१५७
२. सेल (SAIL)	१,९५,७६७	१,८१,६६५
३. टिस्को (TISCO)	७६,४३२	६४,७५३
४. ईस्टर्न कोलफिल्ड	१,६३,०००	१,५३,०००
५. भारत हेवी इलेक्ट्रॉनिक्स	६८,९३२	६२,५०२

आपण या कोंडीत कसे सापडलो? हे संकट आपल्यावर चाल करून येत आहे, हे आपण नक्कीच पाहिले असणार, तरीसुद्धा आपल्याकडची कामगारशक्ती, आपले अर्थतज्ज्ञ व नियोजक, आपले उद्योग-व्यवसाय निरीक्षक, भविष्यवेत्ते या अनिष्ट परिस्थितीचा अंदाज वर्तवण्यास व अगोदरच ती दूर करण्यास का असमर्थ ठरले?

आपल्या राष्ट्रीय स्तरावरील देशी मनुष्यनिर्मित संकट म्हणजे आपल्या देशाची लोकसंख्यावाढ. रोजगारपात्र लोकसंख्येचा वाढता आकडा आणि नोकऱ्यांची घटती संख्या यांमुळे बेकारी फुगत चालली आहे.

प्रत्यक्ष कामाच्या ठिकाणी काय आवश्यकता आहे हे पाहण्याऐवजी, जनकल्याणाचे साधन म्हणून नोकऱ्या निर्माण करण्याचे दिवस आता मागे पडले आहेत. नव्या आर्थिक धोरणाची (NEP) अंमलबजावणी झाल्यामुळे आता आपल्याला 'ठाऊक' असलेल्या रोजगार संधींची संख्या इथून पुढे आणखी कमी कमी होण्याची शक्यता आहे. सार्वजनिक क्षेत्रातील युनिटस् कर्मचाऱ्यांना 'गोल्डन शेकहँड' देऊ करून किंवा कर्मचाऱ्यांच्या निवृत्तीमुळे रिक्त झालेली पदे न भरणे यांद्वारे अतिरिक्त कर्मचाऱ्यांपासून सुटका करून घेण्याचे प्रयत्न करत आहेत. नव्या आर्थिक धोरणाची (NEP) अंमलबजावणी, खुली बाजारपेठ व बहुराष्ट्रीय कंपन्यांचे आगमन यांमुळे निर्माण होणाऱ्या औद्योगिक स्पर्धेतून अत्याधुनिक तंत्रज्ञानाचा आविष्कार घडणे भाग आहे, ज्यामध्ये स्वयंचलित यंत्रांचा वापर अधिक व मनुष्यबळ कमी वापरले जाईल.

व्यवस्थापकीय नोकऱ्यांची निर्मिती वा नोकऱ्यांची अखेर याबाबतची अस्सल माहिती उपलब्ध नाही, तरीसुद्धा ही गोष्ट स्पष्ट आहे की, पारंपरिक कारखानदारीतील, उत्पादन प्रकल्प व नोकरशाही यांमधील; सार्वजनिक, खाजगी अथवा सरकारी क्षेत्रांतील नोकऱ्या नष्ट होत आहेत. उत्तम गुणवत्ताप्राप्त अभियंते व व्यवस्थापन पदवीधर माहिती-तंत्रज्ञान व सेवाउद्योगात संधी मिळवतील; पण हा उच्चशिक्षित मनुष्यबळ पुरवठा लाखोंनी मागणी कमी करेल.

नोकऱ्यांची अखेर

'नोकऱ्या नसण्याची परिस्थिती' ही काही एखादी साथीची लाट किंवा काही काळापुरती मंदी नव्हे ही गोष्ट स्पष्ट आहे. ही अवस्था म्हणजे 'नोकरी' नामक 'अस्तिवा'चीच अखेर आहे. तिच्या अस्तित्वाच्या परिघात तिच्या शेवटच्या श्वासाचे प्रतिबिंब पडत आहे. आपल्या मनात नोकऱ्या म्हणजे सुरक्षित, कायमस्वरूपी आणि अमर अस्तित्व असणारी गोष्ट असे गृहीत आहे, मात्र इतक्या वर्षांत या गृहीतामुळेच धक्कादायक वाटावे अशा उद्धट व आळशी वर्तनाचा जन्म झाला आहे. आपण स्वीकारलेल्या कार्यपद्धतीमुळेच नोकऱ्यांचा मोठ्या प्रमाणावर नाश होत आहे.

उदाहरणादाखल, व्यवस्थापकाच्या वाहन चालकाची नोकरी पाहू या. त्याच्या नोकरीची व्याख्या अशी आहे की, तो फक्त गाडी चालवेल, फक्त इतकेच; तो त्यापेक्षा अधिक काहीही करणार नाही. आपण या नोकरीत काय करायचे आणि काय नाही या गोष्टींची त्याने स्वत: ठरवलेली स्वघोषित यादीच त्याच्या नोकरीच्या अस्तित्वाची गळचेपी करण्यास पुरेशी आहे : तो गाडीवर फडके मारणार नाही, गाडी धुणार नाही, तिची दुरुस्ती अथवा देखभाल करणार नाही. तो फक्त सांगितलेल्या ठिकाणी, तेसुद्धा ठरलेल्या तासांपुरता हजर राहणार. तो वरिष्ठ अथवा ग्राहकासाठी गाडीचा दरवाजा उघडणार नाही. तो ब्रीफकेसेस, कागदपत्रे, फाईल्स किंवा खोकी उचलणार नाही. त्याला जेव्हा गाडी चालवण्याचे काम नसेल तेव्हा तो टपाल पाहणे, पार्सल्स चिकटवणे अशांसारखी कुठलीही इतर कामे करणार नाही. त्याला जणू चकाट्या पिटणे, झोपणे, पत्ते कुटणे, धूम्रपान करणे यांत वेळ घालवण्याचा अधिकारच असतो. त्यामुळे जेव्हा खर्चात कपात करावी लागणार असते, त्यावेळी 'अशा' वर्णनाची 'वायफळ' नोकरी अनावश्यक मानली जाते. अशा प्रकारे, विचारहीन संघटना नेत्यांचे पाठबळ लाभलेल्या चालक समुदायाने चालकाच्या नोकरीला मृत्यू-शय्येवर नेऊन ठेवले आहे. उदारीकरणाच्या धोरणाचा विचारसुद्धा झालेला नव्हता, त्याच्या कितीतरी आधीपासूनच अशी परिस्थिती आहे. कंपन्या त्यांच्याकडील व्यवस्थापकांना चालक देण्याची सुविधा नाकारू शकत नाहीत, त्यामुळे कंपन्या यातून सोपा मार्ग काढतात : त्या चालकाची नेमणूक करत नाहीत (कारण ही अनुत्पादक गुंतवणूक आहे), त्याऐवजी कंपन्या व्यवस्थापकांनाच चालकाची नेमणूक प्रासंगिक तत्त्वावर करायला सांगतात, आणि व्यवस्थापकांना त्याचा खर्च देतात. यामुळे कंपनीचा खर्च ७५ टक्क्यांनी कमी होतो. अखेर, कंपनीतील चालकाची आरामदायी, 'गृहीत' धरली जाणारी नोकरी संपली!

आता वाणिज्य पदवीधर असणाऱ्या लेखापालाचे उदाहरण घेऊया. त्याच्या दृष्टीने त्याच्या नोकरीची व्याख्या म्हणजे-फक्त 'लेजर्स' व नफा-तोटा पत्रकांचा

मेळ घालणे किंवा ऑडिट स्टेटमेंट बनवणे आणि चलने पास करणे. असंच एके दिवशी त्याच्या मालकाच्या लक्षात येते की, हेच काम बाहेरून करून घेणे (Outsource) किंवा हे काम संगणकावर करणे आपल्याला कितीतरी स्वस्त पडेल. क्षणार्धात, त्या लेखापालाची नोकरी संपते! अशी असंख्य उदाहरणे आहे.

भारतात सामान्यत: असा समज आहे की, तांत्रिक प्रगती, बहुराष्ट्रीय कंपन्यांची आपले वर्चस्व प्रस्थापित करण्याची वृत्ती, कामगार-विरोधी भांडवलशाही, मालक व व्यवस्थापक हे घटक नोकऱ्यांचे मारेकरी आहेत. आपल्याकडचे कट्टर डाव्या विचारसरणीचे लोक व दिशाहीन समाजवादी मंडळी अन्यत्र काय घडत आहे ते पाहायला तयार नाहीत. अमेरिकेमध्ये नोकऱ्या कमी होण्याची प्रक्रिया गेल्या काही दशकांपासून सुरू आहे, आणि तरीसुद्धा तिथली अर्थव्यवस्था समृद्ध आहे ही गोष्ट सुप्रसिद्ध आहे.

१९९३ साली अमेरिकेत, नोकरीवरून तात्पुरत्या कमी केलेल्या कर्मचाऱ्यांचे कायमस्वरूपी कमी केलेल्या कर्मचाऱ्यांशी एकास चार असे गुणोत्तर होते. सुरक्षित नोकरीचा बालेकिल्ला समजल्या जाणाऱ्या जपानमध्ये टोयोटा मोटर कंपनीनं एका वर्षाच्या करारानं व्यावसायिकांना तात्पुरते काम दिले. या ऑटोमोबाईल डिझायनर्सनी उत्तमरीत्या कामगिरी बजावून ठराविक मापदंड गाठला तरच त्यांच्या कराराची मुदत वाढवण्याचे ठरले होते. ही नोकऱ्या कमी होण्याची ठळक उदाहरणे आहेत. ही कायमस्वरूपी नोकरी ते 'टेम्पिंग' (तात्पुरती नेमणूक) आणि सुरक्षितता ते असुरक्षितता अशी वाटचाल आहे.

१९९० साली जर्मनीत सिमेन्स-निक्सडर्फ कंपनीचं विलिनीकरण झालं तेव्हा त्यांच्या हजेरीपटावर ६३००० लोक होते. आता ही संख्या सुमारे ३०,००० आहे. यांपैकी बहुतेकशी कपात तांत्रिक सुधारणांमुळे शक्य झाली. पूर्वी 'सर्किट बोर्ड' चाचणीसाठी अडीच मिनिटांचा कालावधी लागत असे, पण आता नव्या 'असेम्ब्ली लाईन' द्वारे हे काम ६० सेकंदांत शक्य झाले आहे. फ्रान्स व जपानमध्ये,'स्मार्ट कार्डां' मुळे बँकेतील मधल्या स्तरातील व्यवस्थापनाच्या (Middle Management) अस्तित्वावरच संक्रांत आली.

बदललेली समीकरणे

संपर्क व दळणवळण क्षेत्रातील क्रांतीमुळे माहिती संग्रहासाठी 'जागा' असण्याची गरज नाही. माहितीची प्रत मिळवणे सोपे व सहज झाले आहे. निर्मात्यापासून उपभोक्त्यापर्यंत कुणीही तिची व्यवस्था सांभाळू शकतो. संस्थांना हुकूम-आज्ञा यांचे डोलारे उतरवून, उत्पादन-पुरवठा व सेवा गतिमान करणे भाग आहे आणि त्यातूनच मालक-नोकर नात्याची पुनर्व्याख्या तयार झाली आणि त्यापुढे जाऊन, त्याची जागा ग्राहक-पुरवठादार यांच्यातील नात्याने घेतली आहे.

रचना-आरेखन (Design) व प्रक्रिया सोपी करण्याची क्रिया सतत सुरू आहे.

टेक्सास इन्स्ट्रुमेन्ट, ब्रिटिश एअरवेज आणि बऱ्याच बहुराष्ट्रीय कंपन्या त्यांची सॉफ्टवेअर डिझाईन ऑफिसेस व पूरक सेवा कार्यालये भारतभर स्थापन करत आहेत. ही विशिष्ट स्थानापुरता विस्तार मर्यादित न राहण्याची (Delocalization) प्रक्रिया या नवस्थापनेतील (Relocation) प्रमुख घटक ठरत आहे. 'ज्याठिकाणी आर्थिकदृष्ट्या किफायतशीर असेल त्या ठिकाणी ते ते काम करा,' हे मार्गदर्शक तत्त्व बनले आहे. उत्पादनातील महत्त्वपूर्ण घटक असणारा कुशल प्रोग्रॅमर अथवा सॉफ्टवेअर इंजिनिअर भारतात स्वस्तात उपलब्ध आहे.

वस्तुत: भारतातसुद्धा अशा प्रकारची नवस्थापना बिहार, राजस्थान व उत्तर प्रदेश अशा धीम्या गतीने विकसित होणाऱ्या राज्यांच्या बाबतीत फायदेशीर ठरू शकते. या राज्यांमधले नवउद्योजक पूरक सेवा व बाहेरून करून घेण्याजोगी कामे मिळवण्यात मुंबई, दिल्ली, बंगलोर या व अशा इतर महागड्या महानगरांशी स्पर्धा करू शकतात. पण त्यासाठी त्यांच्या ठायी उद्योजकशील मानसिकता असण्याची गरज आहे.

आपण जेव्हा म्हणतो की, ''नोकऱ्यांना अखेरची घरघर लागली आहे'' किंवा ''नोकऱ्या नाहीशा होत आहेत,'' तेव्हा आपण सर्वप्रथम नेमका कशाचा नाश होत आहे ते समजून घेतले पाहिजे. 'नोकरी' या शब्दाची एखादे काम म्हणून किंवा नेमून दिलेली कामे म्हणून केली जाणारी व्याख्या जुनीपुराणी झाली आहे. आपण त्याला 'जॉबिंग' असे म्हणतो. एखादा चांभार चप्पल बनवतो, धातुकाम करणारा पितळी पातेली बनवतो, शिंपी शर्ट शिवतो. पण, सुमारे २०० वर्षांपूर्वी जेव्हा कारखाने उभे राहिले तेव्हा कामे संघटितपणे एकत्र होऊ लागली आणि 'जॉब' या शब्दाची संकल्पनाच बदलली. सामुदायिक सौदेबाजी, कामगार कायदे आणि विविध परदेशी सैद्धान्तिक पवित्रे यांच्या मदतीने कामगारशक्ती त्यांच्या पगाराकडे 'उपस्थितीसाठी मिळणारा मोबदला' या दृष्टीने पाहू लागली, 'आपण पूर्ण केलेल्या कामाचा मोबदला' म्हणून त्याकडे पाहिले गेले नाही.

ही धक्कादायक आकडेवारी पाहा :

आपण एकूण ६,४८,२४० तास जगतो (सरासरी आयुष्य ७४ वर्षे मानू × ३६५ दिवस × २४ तास). या काळात आपण फक्त २५,०६० तास खरेखुरे काम करतो (काम करण्याची वर्षे ३५ मानू × वर्षात पगारी सुट्या वगैरे धरून प्रत्यक्ष कामाचे दिवस १७९ × दररोज प्रत्यक्ष काम ४ तास)

त्यामुळेच आपली एकूण उत्पादनक्षमता अवघी ३.५ ते ४ टक्के आहे यात आश्चर्य कसले!

आपल्याकडे तथाकथित 'पूर्णवेळ' नोकऱ्या आहेत, पण आपण त्यामध्ये 'काम न करण्याची' असंख्य कारणे असतात, त्यावर एक नजर टाकूया.

- चहापानाची सुटी,
- जेवणाची वाढीव सुटी,
- सुट्या
- किरकोळ रजा
- आजारपणाची रजा
- वैयक्तिक आणीबाणीचे प्रसंग,
- लवकर जाणे / उशिरा येणे,
- सुट्यांना जोडून आधी व नंतरच्या रजा.
- सार्वजनिक सुट्या
- नियमानुसार काम
- काम बंद
- बंद / हरताळ
- निवडणुका ...

या यादीला अंत नाही. यातील सांगायचा मुद्दा असा की, या 'सबबीं' मुळे नोकरीत असण्याच्या वेळापेक्षा नसण्याचा वेळ अधिक होतो.

कल्पना करा, आपण जर खरोखर ५० वर्षे काम केले (सध्यासारखे वय वर्षे २५ ते ६० या कालावधीत न करता, वयाच्या विशीपासून सत्तरीपर्यंत) आणि भारतातील व जगभरातील माहिती-तंत्रज्ञान उद्योगातील बुद्धिजीवी कर्मचारी करतात तसे दररोज दहा तास काम केले, तर आपल्या विकासाची भरारी उत्तुंग झेप घेऊन १० टक्क्यांचा जादुई आकडा गाठू शकेल. मग 'दारिद्र्य निर्मूलन' हे आवाक्यात येण्याजोगे वास्तव बनेल.

पॅराडाईम शिफ्ट

नोकऱ्या हा आपला दैवदत्त, शाश्वत 'जन्मसिद्ध अधिकार आहे' – हा भ्रम दूर झाल्याने आपण हादरून गेलो आहोत. आता नव्या आदर्शांशी मिळतेजुळते घेण्यासाठी आपण आपली विचारसरणी आमूलाग्र बदलण्याची गरज आहे.

सध्या 'पॅराडाईम' (Paradigm) हा शब्द सर्रास वापरला जात आहे. 'पॅराडाईम' म्हणजे आकलन, समजूत, गृहीत अथवा संदर्भ चौकट ... आपण एखादी गोष्ट ज्या पद्धतीने समजून घेतो व ती व्यक्त करतो ते म्हणजे 'पॅराडाईम'. हा आपलाच कॅलिडोस्कोप म्हणजेच शोभादर्शक असतो. आपण आपलाच नैसर्गिक कल, वर्तन, 'नोकरी' शब्दाशी असणारे नाते तपासून पाहूया, कारण यातूनच आपल्याला जाणिवेच्या पातळीवर कोणत्या प्रकारचा बदल (Paradigm Shift) घडू पाहात आहे, ते समजू शकेल.

१९१८ साली औद्योगिक क्रांतीच्या प्रारंभीच्या काळात व्हिक्टोरियन इंग्लंड-मधल्या धुराड्यांच्या कारखान्यांतल्या बहुतांश कामगारांनी सुशिक्षित असण्याची किंवा गणितीकौशल्यसंपन्न असण्याची आवश्यकता नव्हती. 'द कोलॅप्स ऑफ वर्क' मध्ये क्लाईव्ह जेन्किन्स व बॅरी शेर्मन म्हणतात, ''तो अशा प्रकारचा समाज होता की, जिथं शारीरिक वेदना दूर करण्यासाठी जीन व बीअर आणि आध्यात्मिक अस्वस्थता दूर करण्यासाठी चर्च होतं. आमची आजची समृद्धी याच प्रकारच्या समाजावर आधारलेली आहे.''

भारतात १९५० च्या दशकात औद्योगिक क्रांतीचे धुमारे फुटले. त्यानंतर शेतमजुरांचे स्थलांतर सुरू झाले. हा वर्ग ना शिक्षित होता, ना गणिती-कौशल्यसंपन्न, पण त्यांचे नोकरीच्या शोधार्थ शहरांकडे स्थलांतर होऊ लागले. आपल्या या माणसांनाही जगायला चहा-वडा होता आणि धार्मिक तहान भागवण्यासाठी असंख्य सण-उत्सव होते. भाताच्या शेतांपासून ते दूरवरच्या कारखान्यांकडे होणारे स्थलांतर हा नवा पायंडा होता.

पूर्वीची कार्यपद्धती हवामान, पाऊस व जमीन अशा शेतीविषयक चक्रावर आधारित होती, आता त्यामध्ये आमूलाग्र बदल झाला. यांत्रिकी उत्पादनाच्या गरजा भागवण्यासाठी नव्या सवयी रुजवण्याची आवश्यकता निर्माण झाली. म्हणजेच कामात पारंगतता, चिकाटी, शिस्त, स्वच्छता, अत्यंत वक्तशीरपणा हे गुण शिकावेच लागले. या नव्या सवयी पहिल्यावहिल्या 'पॅराडाईम शिफ्ट' ला कारणीभूत ठरल्या. चहापानाची सुटी, भोजनाची सुटी, विश्रांतीकाल व वार्षिक रजा या गोष्टी 'जॉब्ज' नामक संघटित कार्याच्या गरजांना अनुरूप होतील अशा पद्धतीने नियमित करण्यात आल्या. तांत्रिक बदल म्हणजे नैसर्गिक 'कार्य' ते 'कृत्रिम काम' (Jobs) या दरम्यान घडणारा बदल .... शेत ते कारखाना, खेडे ते शहर अशी वाटचाल. निसर्गाचे स्वर व मानवी आवाजांची जागा यंत्रे, पर्यवेक्षक व रेल्वेच्या शिट्ट्यांच्या कर्णकटू आवाजांनी घेतली. ज्ञानेंद्रियांना या कृत्रिम वास्तवाशी जुळवून घ्यावेच लागले. हातांना निरनिराळी कौशल्ये आत्मसात करावी लागली. जीवनाचा सारा तालच बदलला आणि त्याचबरोबर 'जगणे' या विषयातली गृहीते, 'काम' विषया-बाबतचे समज आणि या 'कामा'ने नव्या संदर्भचौकटीला दिलेला अर्थ – या सगळ्यांतच बदल घडला. अशा प्रकारे, औद्योगिकरणाच्या प्रारंभीच्या काळातील कामगारांचा प्रवास सुपरिचित 'सुरक्षिततेकडून' ते 'अज्ञात असुरक्षितते'च्या दिशेने सुरू झाला.

कामाच्या ठिकाणच्या नव्या वातावरणातील प्रचंड असुरक्षिततेतून 'सुरक्षितता' मिळवण्याची, त्याचबरोबर नोकरी (Jobs) 'नामक' अस्तित्व दृढ होण्याची निकड निर्माण झाली. कामाच्या जागी उत्तम वातावरण व व्यवस्थापनाच्या मनमानीपणापासून बचाव या अत्यावश्यक बाबी होत्या. त्यामुळे सामाजिक न्याय, कामगार कायदे, असहकार,

राजकीय युद्ध आणि समानतेसाठी हाकाटी या आयुधांद्वारे हे साध्य करण्यात आले.

कारकून, अधिकारी व व्यवस्थापक यांचा सुरक्षितता, अर्थपूर्णता व अस्तित्वाचा शोध त्यांना त्यांच्या संस्थेच्या निकट घेऊन गेला. जे. बी. व्हाईट यांचा 'ऑर्गनायजेशन मॅन' जन्माला आला. आखीव-रेखीव चौकटी, वरिष्ठ व कनिष्ठ कर्मचाऱ्यांच्या जबाबदारीबाबतची असंदिग्ध विभागणी (Defined Reporting Relationships) आणि सुस्पष्ट अधिकारी परंपरा यामुळे व्यवस्थापकांना स्वायत्तता, अधिकार आणि परिणामी मिळणारी शक्ती लाभली. नोकरीमध्ये अंतर्भूत असलेल्या बाबींच्या वर्णनामुळे जबाबदाऱ्यांची क्षेत्रे तयार झाली – आणि त्यातूनच कामगार व कर्मचारी यांना त्याचा चुकीचा अर्थ लावण्यास वाव मिळाला. अशा प्रकारे नोकरीच्या सुरक्षिततेमध्ये अर्थ शोधला गेला, कामामध्ये नव्हे. पण काहीही असले तरी, नोकरीची वर्णने म्हणजे कामाच्या स्वरूपाचा आराखडा असतो, प्रत्यक्ष काम नव्हे; नोकरीचे वर्णन कसलाही अर्थ व्यक्त करत नसते, प्रत्यक्ष घडणारे काम हेच मूलतत्त्व असते.

वरिष्ठ व्यवस्थापक, सहाय्यक सरव्यवस्थापक, नियंत्रक अशासारख्या हुद्द्यांनी सामाजिक प्रतिष्ठा बहाल केली. तरुण अभियंते व व्यवस्थापक यांच्या दृष्टीने तर असा हुद्दा म्हणजे लग्नाचे उत्तम प्रस्ताव व हुंड्याचे भलमोठे डबोले असासुद्धा अर्थ बनला! कामगारांच्या दृष्टीने, दशकानुदशके 'सुरक्षिततेच्या' शोधाच्या प्रयत्नातून मालकांविषयी अत्यंत तिरस्कार, कामाविषयी पराकोटीची अनास्था आणि नोकरीकडे हमखास उत्पन्न मिळवून देणारी स्थिर गोष्ट म्हणून पाहण्याची वृत्ती निर्माण झाली.

शांताराम सुर्वे या वयस्क मेकॅनिकचे उदाहरण पाहूया. तो त्याची तक्रार घेऊन बहुराष्ट्रीय कंपनीच्या पर्सोनेल डायरेक्टरकडे गेला.

सुर्वे : सर, फॅक्टरी पर्सोनेल अधिकारी माझ्या मुलाला नोकरी देत नाहीत. बऱ्याच रिक्त जागा असूनसुद्धा ते माझ्या मुलाकडं दुर्लक्ष करत आहेत.

पर्सोनेल डायरेक्टर : तुझ्या मुलाचं शिक्षण काय? तो किती वर्षांचा आहे?

सुर्वे : तो १९ वर्षांचा आहे; दहावी पास झाला आहे. हा माझा धाकटा मुलगा. सर, आपल्या करारानुसार निवृत्त होणाऱ्या कर्मचाऱ्याच्या एका मुलाला नोकरीवर घ्यायला हवे. मी वर्षभरात निवृत्त होईन. माझा मोठा मुलगा हुशार आहे; त्यानं तंत्रविषयक प्रमाणपत्र अभ्यासक्रम पूर्ण केला आहे, त्याला पोर्ट ट्रस्टमध्ये त्याच्या गुणवत्तेवर नोकरी मिळाली आहे. माझा धाकटा मुलगा हुशार नाही. तो दहावीची परीक्षा कसाबसा पास झाला आहे, त्यामुळं सर, कृपा करून त्याला नोकरीत घ्या.

पर्सोनेल डायरेक्टरपुढं पेच पडला. हे परस्परविरोधी नाही का? त्याने 'नोकरीतील वारशाचा' कायदा कसा अमलात आणायचा आणि त्याचवेळी कंपनीच्या हिताचे

रक्षण कसे करायचे? जो मुलगा नोकरीसाठी अयोग्य आहे त्याला त्याच्या पोर्ट ट्रस्टमध्ये काम करणाऱ्या हुशार व शिकलेल्या भावाच्या तिप्पट पगार द्यायचा!

पर्सोनेल डायरेक्टरची बिकट अवस्था जाणून सुर्वे सुज्ञपणे म्हणाले, ''सर, ज्या उमेदवारांची योग्यता आहे, त्यांना स्वबळावर नोकरी मिळेल. जे लोक अपात्र आहेत किंवा काही बाबतीत कमकुवत आहेत अशांना नोकरी पुरवण्यासाठी ही व्यवस्था सुरू झाली. सर, आता माझी भिस्त तुमच्यावर आहे.''

नेमक्या याच प्रकारच्या व्यापारदृष्ट्या शक्य नसलेल्या गृहीतांमुळे व 'समझोत्यां'-मुळे नोकऱ्या नष्ट झाल्या आहेत. जागतिक स्तरावरील झपाट्यानं बदलत असलेल्या महत्त्वपूर्ण बाबी मालक, व्यवस्थापक व नियोजकांना एक सत्य कबूल करायला भाग पाडत आहेत, ते म्हणजे ''आम्हांला हे परवडू शकत नाही.''

'जॉब शिफ्ट' मध्ये विल्यम ब्रिजेस यांनी नमूद केलं आहे, ''नोकरी हा मानवी अस्तित्त्वाचा चिरस्थायी घटक नाही. ते मानवी कौशल्याचे सामाजिक साधन आहे.'' यालाच जोएल बार्कर 'पॅराडाईम' म्हणतात - मानवी जीवनातील एखाद्या विशिष्ट ठळक क्षेत्राभोवती मर्यादा आखून देण्याचा मार्ग. अशा प्रकारे मर्यादा आखा आणि या मर्यादेच्या परिघात यशस्वी होण्यासाठी आपण काय करायला हवे, त्याची व्याख्या बनवा.

यातून काहीतरी मार्ग निघायलाच हवा. यातून आणखी एक वैचारिक बदल घडेल, तो म्हणजे - आत्ताच्या कार्यपद्धतीत बदल केला जाईल.

आता 'काम' (Work) निराळ्या पद्धतीने केले जाते. ते निरनिराळ्या पद्धतीने नेमून दिले जाते. कामाचे करार, अटी बदलत आहेत. आता कार्य सुव्यवस्थित आखून दिलेल्या गुणवत्ता मापदंडांवर व देवघेवीच्या संदर्भातील अंतिम वेळांची (Deadlines) कडक अंमलबजावणी यावर आधारित आहे. काम कसे केले जाते यावर तंत्रज्ञान, साधने व आयुधे यांचा थेट परिणाम घडतो. कामाची पुनर्रचना होत आहे- कामाच्या घडणीमध्ये रचनात्मक परिवर्तन घडत आहे. मार्गातील अडथळे बाजूला सारले जात आहेत. भव्य सभागृहांसारख्या गुंतागुंतीचे समन्वय स्तर प्रतिबिंबित करणाऱ्या रचना इतिहासजमा होत आहेत.

'संकल्पनां' चा 'लोकांच्या' माध्यमांतून 'विशिष्ट गोष्टी'पर्यंत होणारा प्रवास आता भौतिक स्तरावर राहिलेला नाही. तो आता माहितीच्या महामार्गावरून सुरू आहे. उद्योग-व्यवसायाचे जग वैश्विकदृष्ट्या परस्परांशी दृढपणे निगडित झाले आहे. निरनिराळ्या वेळा (Time Zones) व अंतरे विचारात घेण्यासाठी माहिती तंत्रज्ञान कंपन्यांनी वैश्विक वितरण नमुने आणण्याची गरज निर्माण झाली आहे. जेव्हा सिलिकॉन व्हॅली निद्रिस्त असते तेव्हा बंगलोर जागे असते. टोकियो, हाँगकाँग, मुंबई, लंडन आणि न्यूयॉर्कमधील शेअर बाजार विचारांच्या वेगाने व्यापार

करतात. त्यांची प्रतिसेकंदाला लक्षावधी डॉलर्सची उलाढाल सुरू असते.

स्वावलंबित्व ते परस्परावलंबित्व या स्थित्यंतरामुळे संस्थात्मक गुंतवणूक कमी होत गेली आणि नोकऱ्यांचा नाश होत गेला. गेल्या काही दशकांत, हाताने वापरण्याची आयुधे ते 'इलेक्ट्रोमेकॅनिकल' यंत्रणा ते मायक्रोप्रोसेसर-आधारित चीप्स ते संगणक या परिवर्तनामुळे नोकऱ्यांमध्ये आवश्यक असणारी कौशल्ये सतत बदलत आहेत हे वास्तव आहे. आता जी नवी कौशल्ये आवश्यक आहेत, त्यासाठी साक्षरता व उच्च दर्जाची गणिती क्षमता आवश्यक आहे. खाजगी क्षेत्रात इलेक्ट्रॉनिक टाईपरायटर व वर्ड प्रोसेसर यांनी कारकुनांची जागा घेतली आहे. पर्यवेक्षक पदे आवश्यकतेपेक्षा जास्त होत आहेत त्यामुळे ही पदे कमी केली जात आहेत. नोकऱ्या नष्ट होणे हे स्वयंचलित यंत्रे, नव्या तंत्रज्ञानाचा वापर, जागतिकीकरणाने घालून दिलेले प्रमाणित आदर्श आणि स्पर्धात्मक मागणीवर आधारित उत्पादनक्षमतेबाबतीत जागरूकता यांचे प्रतिबिंब आहे. नवी कौशल्यसंपन्नता म्हणजेच 'रिस्किलिंग' साठी गुंतवणूक करण्याची तयारी दाखवण्यात आली, पण कामगार नेत्यांचा आडमुठेपणा आणि कामगारांची नवी कौशल्ये शिकण्याबाबतची नाखुषी हा मुख्य अडथळा ठरला आहे. अशा अडथळ्यांमुळे व्यवस्थापनांनी काही 'असेम्ब्ली जॉब्ज' सुद्धा बाहेरून करवून घ्यायला सुरुवात केली. परिणामी ' फॅक्टरी जॉब्ज'चे जे नुकसान होते, त्याला फ्रान्समध्ये 'तांत्रिक बेरोजगारी' असे म्हणतात.

ज्या काळी, अशिक्षित खेडूत नोकरीच्या शोधार्थ मुंबईला आले तेव्हा त्यांची सुरक्षितता ते असुरक्षितता अशी वाटचाल घडली होती. त्यांनी धोके पत्करले, उपजीविकेसाठी पैसे कमावले आणि ३० वर्षांत सुरक्षितता मिळवली. हा 'पॅराडाईम शिफ्ट' होता. आता, व्यवस्थापक असो, केमिस्ट असो, डिझाईन इंजिनिअर असो किंवा कुणीही असो- नव्या ज्ञानक्षेत्रातील कर्मचाऱ्यांच्या दृष्टीने आणखी एका नव्या प्रवासाची सुरुवात झाली आहे. हा प्रवाससुद्धा सुरक्षितता ते असुरक्षितता ...'जॉब्ज' ते 'वर्क' अशाच मार्गावरील आहे.

जर 'जॉब्ज' नष्ट होत असतील तर 'कामे' कशी करून घ्यायची? आपण जर या प्रश्नाचे उत्तर देऊ शकलो, तर आपल्याला या निराशाजनक भासणाऱ्या परिस्थितीत आशेचा किरण देणारा महत्त्वपूर्ण मुद्दा समजला असे म्हणावे लागेल : तो मुद्दा म्हणजे-जरी 'जॉब्ज' नष्ट होत असले तरी, 'कामे' सदैव असणारच. एकदा तुम्ही हा मुद्दा समजून घेतलात की, 'नोकरीविरहित जगात तुमचे करिअर कसे आखाल?' तर हे शिकवणाऱ्या या पुस्तकाचा मथितार्थ तुमच्या ध्यानी येईल.

प्रचंड प्रमाणात काम पूर्ण करायचे बाकी असतेच. अगदी कचऱ्याचे ढीग साफ करण्यापासून ते न्यायालयात लवकर न्याय मिळवून देण्यापर्यंत, प्रचंड काम पूर्ण होण्याच्या प्रतीक्षेत आहे. मानवी प्रयत्नांच्या प्रत्येक क्षेत्रात, प्रत्येक विभागात,

प्रत्येक परिघात काम विपुल प्रमाणात उपलब्ध आहे. मात्र, हे काम आपल्याला ‘दिसावे’, आपल्या आवाक्यात यावे, सुसाध्य व्हावे यासाठी आपण आपल्या विचारसरणीत खूप मोठा बदल घडवायला हवा, तो म्हणजे- हे उपलब्ध असणारे काम निवृत्ति- वेतनाचा लाभ देणाऱ्या नोकऱ्यांच्या आणि जीवनभर सुरक्षा पुरवणाऱ्या रोजगाराच्या स्वरूपात असणार नाही.

कार्यसंधींचा धडाका!

आपण पाहिले, की ‘नोकऱ्या’ नष्ट झाल्या असल्या तरी ‘काम’ शिल्लक आहे आणि चांगले भरपूर प्रमाणात आहे. वास्तविक, कामाचा ओघ कधीही न संपणारा ओघ आहे.

कामाच्या या अमर्याद उपलब्धतेत सहा घटकांचे योगदान घडते –

१. लोकसंख्या वाढ : भारतात दरवर्षी १० दशलक्ष मुले जन्माला येतात. सन २०२५ पर्यंत आपली लोकसंख्या १.२५ अब्ज होईल. सेवा व उत्पादन यांची गरज प्रचंड प्रमाणात वाढेल.

२. माहिती तंत्रज्ञान : या अतिप्रचंड वेगानं प्रगती साधणाऱ्या क्षेत्रात नव्या प्रकारच्या कामाची अभूतपूर्व वृद्धी दिसत आहे. या क्षेत्रात प्रचंड निर्यातक्षमता आहे.

३. विकास कार्य : हे आपल्या सर्वाधिक प्राधान्याच्या गोष्टीतून - पायाभूत रचना उभारणीतून घडत असते. खाजगी व सार्वजनिक क्षेत्रांतील इतर प्रकल्पही याला हातभार लावत असतात.

४. ‘बदली’ व्यक्तीची गरज : ही गरज निवृत्ती, व्यवसायबदल व करिअरबदल यांतून निर्माण होत असते.

५. जागतिकीकरण : हे विकसित देशांमध्ये बाहेरून करून घेण्यात आलेले (Outsourced) काम दर्शविते. हे काम आपल्याकडील सेवा व उत्पादनांच्या व्यावसायिक मार्केटिंगद्वारे मिळवता येते. हे काम किमतीच्या बाबतीत किफायतशीर असून त्यासाठी वापरलेली कौशल्ये सर्वोत्तम दर्जाची आहेत हे आपण दाखवून द्यायला हवे.

६. कामाचा अनुशेष : सर्व सरकारी संस्थांमध्ये - बंदरे, गोद्या, नगरपालिका करविभाग, न्यायालये, इ. ठिकाणी कामाचा प्रचंड अनुशेष दिसून येतो. उदाहरणादाखल नगरपालिकेबद्दल बोलूया. आता नगरपालिका खाजगी व्यक्तींना कचरा उचलण्याचे काम कराराने देत आहेत. नवउद्योजकांनी त्यांना काम देणाऱ्या अधिकाऱ्यांना आपण ते काम किती तत्परतेने करून देऊ शकतो, त्याचा अंदाज घेतला पाहिजे, आणि ते काम स्वस्तात व करारातील अटींबरहुकूम केले पाहिजे. एखाद्या वकीलाचे उदाहरण घ्या. तो जिल्हास्तरावरील प्रलंबित खटल्यांचे विशिष्ट निकषांवर विषयवार

वर्गीकरण करू शकतो, न्यायाधीशांचे विचारसूत्र जाणून घेण्यासाठी यापूर्वीच्या तशाच प्रकारच्या खटल्यांमधील निकालांचा अभ्यास करू शकतो. तो निवृत्त न्यायाधीश व सामाजिक कार्यकर्ते यांच्यासोबत काम करून, 'नेटवर्क' तयार करून, संबंधित पक्षकारांना एकत्र आणून प्रचलित कायद्याच्या चाकोरीत राहून, वादविवाद मिटवण्यासाठी यंत्रणा तयार करू शकेल.

कल्पना 'कामाला' जन्म देतात. आता गुंतवणूकदार कल्पनांच्या भरवशावर जोखीम भांडवल देऊ करत आहेत आणि यामुळे नवउद्योजकतेचा विकास होण्याची खात्री आहे.

आपण ढोबळ वर्गवारी करू शकतो :

१. नवी उत्पादने व सेवा - भविष्यकाळ

२. सेवा व उत्पादन उपलब्धतेतील त्रुटी - वर्तमानकाळ

३. न केलेले काम - भूतकाळ

लोकांच्या गरजा असतात, आणि गरजेतून कामाची निर्मिती होते. सुप्रसिद्ध अर्थतज्ज्ञ व अमेरिकेचे भारतातील माजी राजदूत जॉन केनिथ गॅलब्रेथ यांनी एक विचारपूर्ण निरीक्षण नोंदवले आहे,

'माणूस हा गरजवंत प्राणी आहे; त्याला अधिकाधिक गरजवंत बनवणे हा उद्योगाचा उद्योग आहे.'

भारतीय लोकांना सर्वसंगपरित्यागाबद्दल असणारा आदर, आपला 'गरजा कमी करा' हा बाणा या गोष्टीसुद्धा हिंदू विकास दरामध्ये योगदान देणारे घटक आहेत. त्यामुळे आपल्याला आधिकाअधिक सेवा व उत्पादनांची बहुगुणित गरज आहे अशा परिस्थितीत करिअर करण्यास आणि तंत्रज्ञानयुगातील संस्कृतीत या गरजा भागवण्यास अभूतपूर्व वाव आहे. या कार्यसंधींच्या धडाक्याचा उपयोग करून घेऊन अधिक संपत्तीनिर्मिती घडवण्यासाठी व ज्ञानक्षेत्रातील कर्मचाऱ्यांना किफायतशीर कामे देण्यासाठी आपण उद्योजक बनायला हवे.

आगामी काळात सॉफ्टवेअर, डॉटकॉम्स, मल्टीमिडिया, करमणूक, किरकोळ व्यापार, आरोग्यसुविधा, विमा, दूरसंचार या प्रचंड वेगानं वाढणाऱ्या क्षेत्रांत पाच लाख कार्यसंधी निर्माण होण्याची शक्यता आहे. ई-कॉमर्स साठी व्यवसाय-विकास व्यवस्थापक, सिस्टिम डिझायनर, सॉफ्टवेअर ॲप्लिकेशन इंजिनिअर, डिझाईन इंजिनिअर अशा लोकांची गरज भासेल. नव्याने आलेल्या 'डॉटकॉम' च्या लाटेतसुद्धा ६०,००० च्या वर प्रोग्रॅमर/तंत्रज्ञ, वेब तज्ज्ञ, ग्राफिक आर्टिस्टस व HTML प्रोग्रॅमर लागणार आहेत. भविष्याचा नेमका वेध घेणारी मंडळी वित्त, अंतर्भूत बाबी (Content), मार्केटिंग, व्यावसायिक युती यासाठी प्रमुखपदावर काम करणारे लोक, व सर्वच क्षेत्रांतील, विशेषत: प्रसारमाध्यमे, जाहिरातक्षेत्र, दूरचित्रवाणी, परदेशी बँका व मार्केटिंग संस्था यांतील मुख्य कार्यकारी अधिकारी वेचून निवडत

आहेत. एका आकडेवारीनुसार २००० सालाच्या पहिल्या सहा महिन्यांत भारतात सुमारे ४०,००० लोकांनी नवे उपक्रम सुरू केले असतील. २००२ सालापर्यंत इंग्लंडमध्ये ८१,००० गुणवत्ताधारक व्यावसायिकांची कमतरता भासण्याची शक्यता आहे. संपूर्ण युरोप-भरात हा आकडा ६,००,००० वर जाईल असा इंटरनॅशनल डाटा कॉर्पोरेशन (IDC) चा अंदाज आहे. जसजसे जगाचे विविध भाग अधिकाधिक प्रमाणात जोडले जातील व जग आपोआप जवळ येत जाईल, तसतशा नव्या उद्योगव्यवसायांच्या संधी बहुगुणित होत जातील.

२००८ सालापर्यंत, मल्टीमिडिया क्षेत्रात ३,००,००० ॲनिमेटर्स, कन्टेन्ट डेव्हलपर्स, व्हिडिओ एडिटर्स, व्हिज्युअलायजर्स, सर्जनशील कलाकार, प्रोग्रॅमर्स, ग्राफिक आर्टिस्ट्स्, आणि प्रशिक्षण संस्थांसाठी फॅकल्टी पर्सोनेलची गरज भासेल. प्रसारमाध्यम व मनोरंजन क्षेत्रांत सुमारे १०,००० पदे उपलब्ध आहेत. पुन्हा, या क्षेत्रांतही सर्व स्तरांवर लोकांची गरज भासणार आहे.

भारतीय शहरांत 'शॉपर्स स्टॉप' आणि 'वेस्टसाईड' अशासारख्या मॉल्सच्या आगमनामुळे किरकोळ व्यापाराला नवे स्थान लाभत आहे. आणखी १२५ नव्या दुकानांद्वारे भव्य शृंखला तयार करण्याची योजना आहे, त्यामुळे सध्या ५००० लोकांना मिळणारा रोजगार ७०,००० लोकांना मिळू लागेल.

भारतात व श्रीलंका, नेपाळ आणि मलेशिया या शेजारी देशांत १७ रुग्णालयांची उभारणी होणार असून, या कामी २००० कोटी रुपयांची गुंतवणूक होणार आहे. यासंदर्भात असा अंदाज आहे की, यामुळे अडीच लाख पदे निर्माण होतील व ६०,००० लोकांची कमतरता भासू शकेल. वाढत्या संख्येतील वयस्क लोकांच्या शुश्रूषेसाठी परिचारिका व घरपोच आरोग्यसुविधासाहाय्याला मोठी मागणी येणार आहे.

विमाक्षेत्र खुले झाल्यामुळे फक्त या वर्षात १०,००० नव्या नोकऱ्या निर्माण होण्याची शक्यता आहे. जरी आयुर्विमा महामंडळ (LIC), जनरल इन्शुअरन्स कॉर्पोरेशन (GIC) आणि नॅशनल इन्शुअरन्स कंपनी लि. (NIC) मधील अनुभवी व्यक्ती असल्या तरीसुद्धा विमाशास्त्रज्ञ व व्यवस्थापन क्षेत्रातील व्यक्तींची कमतरता भासेलच.

आपले उद्योजक रक्ताचे शिलेदार

उद्योजक व्यवसाय निर्माण करतात. ते संस्था उभारतात आणि संपूर्ण जगभरातील कोट्यवधी लोकांना नोकऱ्या पुरवतात. भारताला कर्तबगार उद्योजकांची देणगी लाभलेली आहे. सुप्रसिद्ध टाटा, बिर्ला, श्रीराम, मफतलाल, लालभाई, मुथैया, गोएंका, बजाज, अंबानी, महिंद्रा, गोदरेज, प्रेमजी, वाडिया, किर्लोस्कर, चेट्टियार, मुरूगप्पा, मोदी, दालमिया, डॉ. कुरियन ही नावे घराघरांत सर्वतोमुखी झाली आहेत.

नियंत्रित अर्थव्यवस्थेची तमा न बाळगता, आणखीही काही भारतीय उद्योजकांनी याच तोडीची ओळख बनवली आहे. यांपैकी काही नावे सांगायची तर - 'बलसारा हायजिन' चे अ‍ॅस्पी बलसारा, 'एमआरफ'चे के.एम.मम्मेन मापिल्लाई, 'सॅमटेल' चे सतीश कौरा, 'कॅम्लिन' चे सुभाष दांडेकर, कन्ट्रोल्स आणि स्विचगिअर क्षेत्रातील रवी खन्ना, जैन जलसिंचन पद्धतीचे भंवरलाल जैन, 'सुमीत मिक्सर्स' चे एस. पी. माथूर, 'नागार्जुना स्टील'चे के. व्ही. आर. राजू, 'ल्यूपिन लॅबोरेटरीज' चे देशबंधू गुप्ता, 'हरयाना शीटग्लास'चे आर. एस. खेमका, 'निरमा' चे करसनभाई पटेल, 'वाडीलाल आईस्क्रिम' चे आर. आर. व एल. आर. गांधी, 'थरमॅक्स' चे रोहिन्टन आगा. या सर्वांनी 'ब्रँड', संस्था व नोकऱ्यांची जणू विस्तृत मालिकाच निर्माण केली आहे.

'जैव-तंत्रज्ञानाच्या शतकातील' नवे तंत्रज्ञान-जेनेटिक कॉमर्स, जेनेटिक इंजिनिअरिंग, माहिती विज्ञान व जीवन विज्ञाने यांचे 'फ्यूजन' ज्ञानक्षेत्रातील कर्मचाऱ्यांना तंत्रज्ञानातील सर्वोच्च स्थानावरील कार्यसंधी उपलब्ध करून देईल. इंटरेस्टिंग कार्यसंधींचे आणखी एक क्षेत्र म्हणजे-नव्याने उभारली जाणारी मंदिरे, तत्त्वज्ञानमठ, योगसाधना निवास, शैक्षणिक संकुले, चर्चेस, बहुधर्मीय समाजमंदिरे, कला व सांस्कृतिक संस्था, मनोरंजन केंद्रे व व्यावसायिकपणे चालवले जाणारे एनजीओज (NGOs).

जुने कारखाने फक्त आपला मध्यवर्ती क्षमताधिष्ठित उद्योग चालू ठेवायचा या मूलभूत तत्त्वानुसार आधुनिकतेचा स्वीकार करत असल्यामुळे त्यांना सर्वसाधारण व्यवस्थापनासाठी कार्यकारी अधिकारी व तंत्रज्ञानदृष्ट्या विशेष नैपुण्यप्राप्त लोकांची गरज आहे. तुम्ही 'नव्या युगाच्या' कारखान्यांत असा किंवा जुन्या अर्थव्यवस्थेत, तुम्ही हवे आहात की नकोसे आहात, ते सर्वस्वी तुमच्यावर व तुमच्या क्षमतांवर अवलंबून राहील.

परदेशातून कामाचा प्रचंड ओघ येण्याची शक्यता आहे. 'मॅककिनसे'चा अंदाज आहे की, २०१० सालापर्यंत बाहेरून करून घेतलेल्या कामांचा व्यवसाय (Outsourced Business) जवळजवळ ५० अब्ज डॉलर्सचा असेल. हे नव्याने प्रारंभ करणाऱ्यांच्या दृष्टीने प्रमुख महत्त्वाचे क्षेत्र आहे. गुरगांवमधील 'बेक्टेल' या अमेरिकन कंपनीतील इंजिनिअर्सची टीम जगभरातील बांधकाम प्रकल्पांवर काम करते. 'मॅककिनसे'चे दिल्लीतील ज्ञानकेंद्र त्यांच्या दूरदूरच्या ग्राहकांसाठी संशोधनकार्य करते. 'डिसिजन सपोर्ट इंटरनॅशनल' ची दिल्ली व चेन्नई येथील केंद्रे दूरध्वनिपुस्तिका व महाविद्यालयांच्या याद्यांवरून आर्थिक माहिती व इतर माहिती घेते आणि त्यांच्या अमेरिकन ग्राहकांसाठी नव्या उत्पादनांच्या विक्रीच्या दृष्टीने या माहितीचे पुनर्वर्गीकरण करते. सिलेक्ट्रॉनिक्स कठोर प्रशिक्षण देते आणि कडक तपासणी प्रक्रिया अवलंबते, त्यायोगे त्यांच्या दरमहा तयार होणाऱ्या 'ट्रान्स्क्रिप्शन'च्या तेरा लाख ओळींपैकी ओळन् ओळ तपासली जाते.

'टेली-वर्किंग' क्षेत्रात २००८ सालापर्यंत ११ लाख नोकरीच्या संधी उपलब्ध होतील असा अंदाज आहे. आत्ता हा आकडा फक्त ४१,००० आहे. या क्षेत्रातील कामामध्ये कार्यालयांतर्गत कामे / महसूल हिशोब, माहिती नोंदणी/माहितीचे रूपांतर, दूरवरच्या ठिकाणच्या कामाची देखभाल, मेडिकल ट्रान्स्क्रिप्शन/विमा दावे प्रक्रिया, कॉल सेंटर्स, डाटाबेस सेवा, आणि अंतर्भूत बाबींचा विकास यांचा समावेश आहे. आपल्या भोवती अनेक स्फूर्तिदायक उदाहरणे आहेत, ती तुम्हाला उद्योगविषयक मासिके, अर्थवृत्तांत देणारी नियतकालिके, वर्तमानपत्रे यांत सापडतील. ती आवर्जून वाचा.

इंटरनेट बादशहा

जसजसे इंटरनेट सर्व्हिस प्रोव्हायडर्स (ISPs) वाढतील, तसतशा हजारो कार्यसंधी निर्माण होतील. त्यांना आशय रचनाकार, अनुवादक, सर्जनशील लेखक, मल्टीमिडिया व्हिज्युअलायजर्स, वेब प्रोग्रॅमर्स, ई-कॉमर्स तज्ज्ञ आणि २४ तास चालणाऱ्या कॉल सेंटर्ससाठी माणसांची गरज भासेल. 'डिशनेट' चे शिवशंकरन नवउद्योजक आहेत. इंटरनेट जनसामान्यांपर्यंत नेणे हे त्यांचे स्वप्न होते. त्यांनी विज्ञान काल्पनिकांच्या सुप्रसिद्ध तामिळ लेखिका सुजाता यांच्यावर काम सोपवले. बाकीचा इतिहास सर्वज्ञात आहे. सुजातांनी 'minnembalam.com' हे तामिळ 'पोर्टल' तयार केले. या 'पोर्टल' मध्ये तामिळ साहित्याचा २००० वर्षांचा इतिहास आहे. 'सत्यम' च्या रामलिंग राजू यांनी walletwatch.com व carstreet.com सारखी विशिष्ट विषयांवरची खास संकेतस्थळे निर्माण केली. त्यांना ही संकेतस्थळे सुरू ठेवण्यासाठी प्रकल्प व्यवस्थापकांची आवश्यकता आहे. हा कार्यसंधींचा धडाका तुमची प्रतीक्षा करतोय! इंटरनेट सेवा पुरवण्याची मॅरेथॉन शर्यत सुरू झाली आहे, त्यामध्ये १२२ नव्या खेळाडूंचा सहभाग आहे. त्यांपैकी काही नावे सांगायची तर – 'ग्लोबल इलेक्ट्रॉनिक कॉमर्स' चे कुमार चक्रवर्ती, 'सत्यम'चे आर. रामराज, 'एसआयटी आय केबल'चे विजय जिंदाल, 'भारती टेलीनेट' चे सुनील मित्तल, 'महर्षी ग्लोबल लिंक' चे मेजर रमेश ॲग्रम, 'सुचिभ कम्युनिकेशन्स' चे पराग इनामदार, 'योगक्षेम कम्युनिकेशन्स' चे नितीन श्रीवास्तव. हे सर्वजण एकत्रितरीत्या अब्जावधी रुपयांची गुंतवणूक करून, आपल्या 'इंटरनेट ॲसेस' चा वेग वाढवण्यासाठी 'फायबर ऑप्टिक' यंत्रणा व प्रचंड गतीचे मार्ग उभारत आहेत, आणि अशा प्रकारे तरुण अभियंत्यांना यशस्वी करिअर घडवण्यासाठी संधींचा वर्षाव करत आहेत.

याच्या पहिल्या टप्प्यामध्ये, इलेक्ट्रॉनिक क्रांतीमुळे यंत्रे यशस्वीरीत्या स्वयंचलित झाली. उत्पादन प्रक्रियांमध्ये परिवर्तन घडले आणि व्यावसायिक प्रक्रियांची पुनर्बांधणी

घडली. यातील प्रत्येक टप्प्याला सुमारे दशकभराचा कालावधी लागला. अशा प्रकारे भौतिक जगात क्रांती घडली, गुंतवणुकीचा परतावा मिळण्याची आशा निर्माण झाली. चालू टप्प्यामध्ये, त्याने व्यवसाय व जीवनाचा माहिती वास्तविके-ज्ञान विभाग व्यापला आहे. डिजिटल मार्केट असंख्य पर्याय उपलब्ध करून देत असल्यामुळे बँकिंग, व्यापार, खरेदी ते 'चॅटिंग' पर्यंत सर्वत्र, संपूर्ण व्यापारविश्वाभोवती त्याने आपले पाश जखडले आहेत. आपण यंत्रे, साधने व माहिती यांच्या साहाय्याने काम करतो. या प्रचलित मांडणीचे (Setting) स्वरूप ई-क्रांतीमुळे बदलत आहे. त्याचा जीवनशैली व जीवनाशय यांवर खोलवर प्रभाव पडत आहे. मानवी मनाच्या –हृदयाच्या नव्हे – उत्क्रांतीमध्ये त्याची भूमिका बदलासाठीच्या संप्रेरकाची आहे. तो विकसनशील जगाला नोकरशाहीपासून व्यवसाय-उद्योगाकडे, नोकरी करण्याच्या मनोभूमिकेपासून उद्योजकशील विचारसरणीकडे, मोठ्या संस्थांकडून छोट्या, नेटवर्क असणाऱ्या इलेक्ट्रॉनिक कॅफेज व कुटीरांकडे जाण्यास भाग पाडत आहे. एका अर्थाने विद्युत परमाणूच्या साहाय्याने चालणाऱ्या संगणक, इंटरनेट वगैरे साधनांनी काम करण्याच्या पद्धतीत केलेल्या संपूर्ण कायापालटामुळे (E-Revolution) खऱ्या 'कामा'ची (Work) नियमित पगार मिळणाऱ्या 'नोकऱ्यांच्या (Jobs) संकल्पनेपासून मुक्तता झाली आहे.

माहिती तंत्रज्ञान (IT) उत्पादन, विक्री व वितरण, आरेखन व विकास, सेवा, संशोधन, कर्मचारीवृंद व वित्त अशा उद्योग-व्यवसाय क्षेत्रांतील घडामोडींच्या संपूर्ण परिघात अत्यंत वेगाने व भरपूर प्रमाणात पसरले आहे. माहिती-तंत्रज्ञान एखाद्या संसर्गजन्य रोगाप्रमाणे आर्थिक घडामोडींच्या सर्व क्षेत्रांत पसरत आहे – सिमेंट उत्पादनापासून ते जहाज-बांधणीपर्यंत, यंत्रसामग्रीच्या उत्पादनापासून ते जाहिरातीं-पर्यंत, पोलाद व ॲल्युमिनिअम ते वाहने, प्रवास व पर्यटन ते गृहवित्त योजना, बँका व विमा योजना ते रुग्णालये व आतिथ्य उद्योग– कोणताही उद्योग घ्या.

संपूर्ण जगभरात, कामाची पुनर्रचना घडल्यामुळे माहिती व यांत्रिकता, संगणक व सेवा, इंटरनेट व कबूल केलेले काम पुरे करून, नेऊन पोचवणे (Deliverables), संशोधन व ग्राहकोपयोगी मूल्यवर्धित उत्पादने अशा विविध गोष्टी एकत्र येत आहेत. अशा प्रकारच्या सांधेजोडणीसाठी बहुकौशल्यसंपन्न ज्ञानप्राप्त कर्मचारीशक्तीची आवश्यकता आहे. आता तुमची खात्री पटली असेल की, नव्या कामाच्या संधींची विपुल खाण विश्वाला गवसणी घालू पाहणाऱ्या 'टेकी' अथवा 'टेक्नोप्रेनर' साठी इंटरेस्टिंग करिअरच्या संधी उदार हस्ते देऊ करत आहे.

जागतिक क्षितिजे

आपण सहस्रक बदलाच्या वळणावर उभे आहोत. एके काळी, कृषिक्रांतीमुळे भारत, चीन व इजिप्तसारख्या संस्कृती नजरेत भरल्या. अमेरिका व इंग्लंड औद्योगिक

क्रांतीनंतर उदयाला आले. ग्राहकोपयोगी इलेक्ट्रॉनिक्समुळे जपानची प्रगती झाली तर इंजिनिअरिंगमुळे जर्मनी सामर्थ्यवान बनले. माहितीच्या क्रांतीमुळे नवी नेतृत्वे निर्माण होत आहेत. भारत माहितीच्या आकाशात चमकता तारा बनण्याच्या दृष्टीने प्रारंभीची चिन्हे आश्वासक आहेत. 'मध्यपूर्वेच्या दृष्टीने तेलाचे जे स्थान आहे, तेच भारताच्या दृष्टीने सॉफ्टवेअरचे आहे', असे म्हटले जाते. आपले दूरवरच्या 'सिलीकॉन व्हॅली' मध्ये महत्त्वाचे स्थान आहे, हे आपण सिद्ध केले आहे. अमेरिकेत आता 'भारतीय' या शब्दाला 'सॉफ्टवेअर इंजिनिअर' हा समानार्थी शब्द बनला आहे. ही भारतीय लोकांनी आपली कौशल्ये, सर्जनशीलता व उद्योजकता या गुणांच्या बळावर साध्य केलेली पहिली सकारात्मक 'ब्रँड इमेज' आहे.

टेकी-सॉफ्टवेअर इंजिनिअर्सच्या म्हणजेच संगणकात वापरायची आधारसामग्री व प्रणालीमध्ये निष्णात असलेल्या तंत्रवैज्ञानिक अभियंत्यांच्या स्थिरस्थावर होण्यामुळे अभूतपूर्व जागतिक विकासाचे आश्वासक चित्र निर्माण झाले आहे. फक्त अमेरिका पुढल्या वर्षी १,००,००० 'टेकीज' ची नेमणूक करेल. यामध्ये जर जर्मनी, इंग्लंड, जपान व इतर देशांतील मागणीची भर घातली तर हा आकडा जवळजवळ २,००,००० पर्यंत जाईल. मागणी पुरवठ्यापेक्षा अधिक आहे. या वर्षावामुळे बुद्धिमान लोकांना अपवादात्मक करिअर घडवण्यासाठी असंख्य संधी आहेत.

तथापि, ही अभिमानस्पद भारतीय 'ब्रँड इमेज' काहीशी डागाळली जात आहे, याचे कारण म्हणजे लबाड मध्यस्त व नोकरभरती सेवाकेंद्रे. ही मंडळी नोकरीच्या शोधात असलेल्या भोळसट लोकांना खोटी वचने देऊन फसवत आहेत. 'बिझनेस वर्ल्ड' ने म्हटले आहे की, गेल्या वर्षी देण्यात आलेल्या H-1B व्हिसांपैकी २० ते ३० टक्के व्हिसा अप्रामाणिक पद्धतींनी मिळवलेले असू शकतील.

मात्र, आपण व्यापारी चमत्कार घडवण्यासाठी नव्या तंत्रज्ञानाचा वापर करण्यास उत्तमरीत्या सज्ज आहोत कारण आपल्या तरुणांच्या मनात त्यांच्या शैक्षणिक कारकीर्दीच्या प्रारंभीच गणित व विज्ञान हे विषय सुयोग्यपणे रुजवलेले असतात. अमेरिकन-भारतीय, जर्मन-भारतीय किंवा अशाच प्रकारच्या भारतीय मुळे असलेल्या, दुहेरी राष्ट्रीयत्व असणाऱ्या लोकांच्या दृष्टीने वैशिष्ट्यपूर्ण करिअर घडवण्यासाठी आवश्यक असणारी गोष्ट म्हणजे, त्यांनी उद्योजक कौशल्ये आत्मसात करायला हवीत.

सबीर भाटिया, सुहास पाटील, कंवल रेखी, प्रकाश भालेराव, एल. एन. मित्तल, स्वराज पॉल या व अशा व्यक्ती संपत्तीच्या झगमगत्या शिखरावर पोहोचल्या आहेत, त्यामध्ये केवळ त्यांचे इंजिनिअरिंगचे अथवा गणनकौशल्य यांचाच नव्हे, तर त्यांचे वैचारिक कौशल्य व धोके पत्करण्याची तयारी असणारी उद्योजक क्षमता यांचाही सहभाग आहे. अशी कौशल्ये हीच त्यांची जमेची बाजू झाली. तंत्रविषयक प्रगती व उद्योग-व्यवसायाच्या संधींच्या नव्या लाटांचा फायदा घेत, त्यांनी ही

कौशल्ये बहुगुणित केली.

आपल्या 'टेकीज' समोर हे समकालीन आदर्श (Role Models) आहेत. जे लोक त्यातून शिकणार नाहीत व स्वीकारणार नाहीत, ते ज्ञानक्षेत्रातील कामगार म्हणूनच झुरत राहतील; ते ज्ञानक्षेत्रातील व्यवस्थापक बनण्यास अपयशी ठरतील. त्यांच्याकडे आवश्यक तेवढा पैसा आहे. जगाच्या नोकरीविरहित अर्थव्यवस्थेत समृद्धी साधण्यासाठी आपण आपल्या सामर्थ्यांच्या तरफबळाचा सर्जनशील वापर करण्यासाठी स्वत:वरच परिश्रम घेण्याची गरज आहे. विशिष्ट कामगिरींवर (Assignment) आधारित अर्थव्यवस्थेत 'टेकी' च्या दृष्टीनं सर्वांत अपरिचित गोष्ट म्हणजे करिअरची उभारणी नव्हे तर करिअरची रचनात्मक आखणी होय, कारण उत्तुंग संस्थात्मक भिंती नसल्यामुळे चढून जाण्यासाठी उंच शिड्याच नाहीत!

खळबळजनक परिवर्तनाच्या काळात प्रचंड संपत्तीनिर्मिती झाली आहे, ही गोष्ट दुसऱ्या व तिसऱ्या औद्योगिक क्रांतीने सिद्ध केली आहे. फोर्डस् व रॉकफेलर्सनी काय केलं? - त्यांनी तंत्रज्ञानविषयक, समाजशास्त्रीय व विकासात्मक असमतोलांचा फायदा घेतला. बिल गेटस्नेही नेमके हेच केले. या नव्या संपत्तीनिर्मिती घडवण्याच्या कार्यात भारतीय लोकांचा सहभाग पाहून खूप आनंद वाटतो.

'पॅराडाईम शिफ्ट' चा प्रवास करिअर उभारणे ते करिअरची रचनात्मक आखणी करणे या दरम्यान घडला आहे; संस्थात्मक पिरॅमिड उभारण्यापासून ते संपत्तीचा पिरॅमिड उभारण्यापर्यंत!

अशा प्रकारे काम शोधण्याच्या व करिअर घडवण्याच्या असंख्य संधी उपलब्ध होणार आहेत, पण ते ९ ते ५ या वेळेच्या साच्यात नव्हे! तुम्ही झेप घ्यायला हवी- लवचिकता, स्वायत्तता आणि आपल्या करिअर व्यवस्थापनाच्या डोहात खोलवर बुडी मारायला हवी — नव्या करिअरसाठी. त्याचे नाव आहे 'यू ॲन्ड कंपनी'!

◆

नवे करिअर – 'यू अॅन्ड कंपनी'

सर्व काम बाहेरून करून घेणे शक्य नाही, पण आपण अशा अवस्थेकडे वेगाने वाटचाल करत आहोत की, जिथे व्यवस्थापकांची नेमणूक 'तात्पुरते (Casual) व्यवस्थापक' म्हणून होईल. आज जसे 'तात्पुरते कामगार' आहेत तसे 'तात्पुरते व्यवस्थापक' असतील! हे 'किंमत' कमी झाल्यासारखे वाटतेय ना? तथापि, वास्तवात, हेच स्थित्यंतर व्यवस्थित हाताळले तर 'हुद्या' पेक्षा 'कामा' मध्ये अधिक सन्मान लाभेल. व्यवस्थापक व कर्मचाऱ्यांनी आता कंपनीत त्यांच्यावर सोपवलेल्या कामाकडे ते काम बाहेरून मिळाले आहे (Outsourced) असे समजून पाहायला हवे. प्रत्येकाने आपण प्रसंगोपात्त कर्मचारी आहोत असे समजले पाहिजे. जर व्यवस्थापन तुमच्या नोकरीच्या संदर्भात एखादा सोयीचा सुटसुटीत किंवा तुमच्या नोकरीची गरज संपवणारा एखादा मार्ग शोधू शकले तर तुमच्या 'महागड्या' नोकरीचे दिवाळे वाजेल. (तुमच्या महागड्या नोकरीत किरकोळ/आजारी/हक्काच्या रजा, भविष्यनिर्वाह निधी, निवृत्तिवेतन, ग्रॅच्युइटी, इ. गोष्टींची भर असते.) त्यामुळे प्रत्येक कर्मचाऱ्याने विचार करायला प्रारंभ करावा की, आपण स्वतःच उद्योग-व्यवसायात आहोत. सर्वांत नव्या 'पॅराडाईम शिफ्ट' शी सूर जुळवत वाटचाल करण्यासाठी तुम्ही स्वतःशी प्रामाणिक असायलाच हवे.

विल्यम ब्रिजेस म्हणतात की, आता तुमच्यापैकी प्रत्येकजण 'यू अॅन्ड कंपनी' आहे. तुम्ही स्वतःची काळजी घ्यायची आहे. म्हणजे-तुमच्या करिअरची. जणू तुम्ही स्वतःच एक संस्था आहात अशा पद्धतीने तुम्ही स्वतःकडे पाहायला हवे. सुमंत्रा घोसाल व ख्रिस्तोफर बार्टलेट त्यांच्या 'इन्डिव्हिज्युअलाईज्ड कॉर्पोरेशन' या पुस्तकात तुम्हाला याच शब्दांनी संबोधतात-इन्डिव्हिज्युअलाईज्ड कॉर्पोरेशन- स्वतंत्र संस्था. हा सहा वर्षांच्या संशोधनावर व इंटेल, एबीबी, कॅनन, थ्री एम व मॅककिनसे अशा कंपन्यांतील प्रत्येक स्तरावरील व्यवस्थापकांच्या शेकडो मुलाखतींवर आधारित असणारा, उद्योग-व्यवसायाकडे पाहण्याचा अतिशय महत्त्वाचा व संपूर्ण नवा दृष्टिकोन आहे. यामध्ये या मुद्यावर प्रकाश टाकण्यात आला आहे की, कंपन्यांमध्ये लागू होणारे मुद्दे तुमच्या

करिअरच्या वाटचालीतही फायदेशीरपणे उपयोगात आणता येऊ शकतात. 'जनरल इलेक्ट्रिक' चे विख्यात चेअरमन जॅक वेल्श बजावून सांगतात की, "तुमच्या दैवावर तुम्हीच नियंत्रण ठेवा नाहीतर दुसरा कुणीतरी ते ठेवेल."

हे अन्याय्य वाटू शकेल, पण हे अटळही आहे. याच्या सकारात्मक बाजूकडे पाहा. दळणवळण व संपर्क क्रांतीचा परिणाम म्हणून, आपण वरिष्ठ व हाताखालचे लोक, सहकारी व बरोबरीचे लोक, कारखाना व विक्री विभागातील लोक, सेवा-क्षेत्रातील लोक व ग्राहक यांच्या दरम्यान पालक-पाल्य संवाद न घडता 'प्रौढ' संवाद घडताना पाहात आहोत, ही उत्क्रांती आहे. मालक-नोकर नातेबंध ग्राहक-पुरवठादार नातेबंध जुळण्यास साहाय्यकारी ठरत आहेत.

तुम्हाला नोकरीत सामाजिकदृष्ट्या आदरप्राप्त स्थान अथवा मानसिक सुरक्षितता मिळण्याची गरज आहे असे गृहीत धरले तरी, आज मालक, विक्रमी वेळात ध्येये साध्य करण्याचा इतिहास घडवलेल्या, स्वत: पुढाकार घेऊन काही उपक्रम सुरू करणाऱ्या (Self-starter) लोकांच्या शोधात आहेत ही गोष्ट तुम्ही समजून घेतली पाहिजे. हेच दुसऱ्या शब्दांत सांगायचे तर, ते उद्योजकतेच्या आणि संदिग्ध परिस्थिती हाताळण्याची क्षमता, शब्दांत न मांडता येण्याजोग्या व गुंतागुंतीच्या परिस्थितीला तोंड देण्याची व त्यातून मार्ग काढण्याची क्षमता, यांच्या शोधात आहेत.

नव्या क्षेत्रांमध्ये (उदा. माहिती-तंत्रज्ञान, इ.) नोकरीच्या सुरक्षिततेची हमी नाही. या नव्या क्षेत्रांत नव्या उपक्रमांची अखेर होण्याचे प्रमाण ५० टक्के इतके जास्त असू शकते, त्याला विलीनीकरण व संपादन (M&A), कंपन्यांचे नव्या व्यवसायात उतरणे, बाहेरून कामे करून घेणे, तसेच अर्ध्या वाटेतच योजनांची पुनर्रचना करणे अथवा त्या योजना रद्द करणे, या गोष्टी कारणीभूत आहेत. नव्याने भरती होणाऱ्या व ज्यांना बदल घडवायचा आहे अशा उमेदवारांनी मनाशी पक्की खूणगाठ बांधली पाहिजे की, जर तुम्हाला नोकरीचे सुस्पष्ट वर्णन हवे असेल- ज्यामध्ये तुमचे अधिकार व ९ ते ५ एवढाच कार्यकाल अशासारख्या अजिबात लवचिक नसणाऱ्या सोयी-सुविधा अशा गोष्टी नमूद केलेल्या असतील-तर तुम्ही या नोकरीसाठी अजिबात योग्य नाही. इथून पुढे, तुम्ही किती वर्षे नोकरी केली, हा बढतीचा निकष असणार नाही, तर तुम्ही काय कर्तृत्व दाखवलेत हे मोजले जाईल. तुम्ही जर एखाद्या स्थिर संस्थेत काम केले असेल-तिथे तुम्हाला क्षुब्ध, अस्थिर परिस्थितीचा अनुभव नसेल, तर तुम्ही अयोग्य ठरण्याची शक्यता आहे. त्याउलट, नवी क्षेत्रे नवकौशल्यसंपन्न लोकांसाठी सुयोग्य ठरतील. ते त्यांची कौशल्ये व क्षमता यांसाठी त्यांना हवी तितकी किंमत आकारू शकतील, निराळी कार्यशैली शोधतील-अधिक मुक्त, अधिक लवचिक व सहज स्पष्ट करण्याजोगी, आणि त्यांना कार्यपूर्तीचा आर्थिक मोबदला मिळेल.

तुम्ही 'कुणासाठी तरी' काम करण्यापेक्षा, 'कुणासोबत' काम करण्यास प्राधान्य

द्यावे. बाहेरून काम करून घेण्याच्या पद्धतीने (Outsourcing) आत्तापर्यंत अनुपलब्ध असलेल्या अनेक संधी निर्माण केल्या आहेत. व्यवस्थापने नोकऱ्या कमी करून, बाहेरून काम करून घेत आहेत, त्यामागे 'गरज' हे कारण आहे, पण कामाच्या नव्या स्वरूपांमुळे स्वतंत्र व्यक्तीच्या दृष्टीने सकारात्मक आनुषंगिक लाभ निर्माण झाले आहेत - यामुळे तुम्ही स्वत:च स्वत:चे मालक बनू शकता. तुम्हाला आवडणारे काम स्वतंत्रपणे करण्यासाठी काम शोधण्याची संधी आहे. पहिल्या पिढीतील उद्योजक आशेच्या दीपस्तंभाप्रमाणे आहेत.

पहिल्या पिढीतील जेते

भूतकाळाच्या अलीकडल्या पानांवर पहिल्या पिढीतील उद्योजकांची नावे कोरली गेली आहेत. या उद्योजकांनी उद्योजकतेची कसलीही कौटुंबिक, वर्ग, जमात अशी कोणतीही पार्श्वभूमी नसताना, भारताला आधुनिक उद्योग-व्यवसायाच्या सर्व क्षेत्रांतील यशस्वी वाटचालीद्वारे एकविसाव्या शतकात प्रगतिपथावर आणले.

'डॉ. रेड्डीज लॅबोरेटरीज' चे अंजी रेड्डी, 'जेट एअरवेज'चे नरेश गोयल, 'सन फार्मा' चे दिलीप संघवी, 'इन्फोसिस' चे नारायण मूर्ती, 'एनआयआयटी' राजिंदर पवार, 'सत्यम कॉम्प्युटर्स'चे रामलिंग राजू, 'इंडिया वर्ल्ड' चे राजेश जैन, 'झी टीव्ही' चे सुभाष चंद्रा, 'ग्लोबल टेली- सिस्टिम्स'चे मनोज तिरोडकर, 'बायकॉन' च्या किरण मजुमदार, 'युनायटेड टेलिव्हिजन'चे रॉनी स्क्रूवाला या व अशा अनेक लोकांनी छोट्या पण प्रभावशाली संस्था स्थापन करून हजारो लोकांना करिअरच्या संधी उपलब्ध करून दिल्या आहेत.

स्वयंरोजगार

स्वयंरोजगार हे अर्थव्यवस्थेचे सर्वांत जलद गतीने विकसित होणारे क्षेत्र बनणार आहे. अमेरिकेमध्ये गेल्या दोन दशकांत, ५० टक्के रोजगारक्षम लोकसंख्या स्वयंरोजगारसंपन्न झाली आहे असे दिसून आले आहे. हे साहसी अमेरिकेचे नोकरीविरहिततेच्या संकटाला चोख उत्तर आहे. लोकांनी स्वयंरोजगारसंपन्न होण्यासाठी काम शोधले पाहिजे. स्वयंरोजगाराला कसलेही सुरक्षाकवच नाही. तुम्ही मुक्त, स्वतंत्र असाल, स्वत:च बॉस! तुम्हाला कामाची पूर्तता, त्याच्या अंतिम वेळेची मर्यादा व तुम्ही सेवा पुरवत असलेल्या ग्राहकाच्या इतर अटी याभोवती तुमच्या वेळेचे व्यवस्थापन करावे लागेल. तुम्ही तुमच्या मनातील संकल्पनेने झपाटून जायला हवे. अशा प्रकारचे जबाबदार करिअर घडवण्यासाठी तुम्हाला इतरांचे साहाय्य आवश्यक असेल. तुम्हाला तुमच्या अपयशाचे खापर कुणावरही फोडता येणार नाही. तुम्हाला तुमचे भवितव्य सुरक्षित ठेवण्यासाठी तुमच्या मासिक उत्पन्नापैकी

काही रक्कम सार्वजनिक भविष्यनिर्वाह निधी अथवा तत्सम योजनेमध्ये दरमहा भरावी लागेल. स्वयंरोजगाराच्या कक्षेतील काम अमर्याद आहे. आदल्या प्रकरणामध्ये त्याची उदाहरणे दिली आहेतच.

पाळी-काम (Shift work) आणि मालक व कर्मचारी या दोघांच्या सोयीने ठरवलेले कामाचे बदलते तास (Flexi-time)

व्यापार, खरेदी, मार्केटिंग व कार्यालयीन कामकाज यांसारख्या उद्योग-व्यवसायातील घडामोडी रुग्णालये, हॉटेल्स व वाहतूक या क्षेत्रांप्रमाणे चोवीस तास अखंड सुरू होण्याच्या मार्गावर आहेत. या परिवर्तनामुळे पाळी-काम (Shift work) करणाऱ्या कर्मचाऱ्यांना आणि मालक व कर्मचारी या दोघांच्या सोयीने ठरवलेल्या कालावधीतील कामाला (Flexi-time) वाढती मागणी येणार आहे. या परिवर्तनाशी जुळवून घेण्यासाठी मुख्य आवश्यकता आहे ती निद्राचक्र बदलण्याची. त्या जोडीने, जेव्हा तुमच्या बदललेल्या जीवनशैलीनुरूप जीवनातील इतर घडामोडी व सोयीसुविधांचे चक्र बदललेले नसते, तेव्हा तुमच्या कुटुंबाने तुमच्या अनुपस्थितीशी जुळवून घ्यायला शिकले पाहिजे. हे जगभर सुरू आहे, आणि कित्येक लोक इतरांच्या दृष्टीने जी 'अनियमित वेळ' असते, त्या कालावधीत मजेत काम करत आहेत. याचे फायदे विचारात घ्या : इतर लोक काम करत असतात, त्यावेळी तुम्ही सिनेमाचा आस्वाद घेऊ शकता, किंवा बागेत मातीकाम करू शकता (बाग असण्याचे सुदैव लाभल्यास!), ९ ते ५ या वेळेत पाट्या टाकणाऱ्या लोकांना असा आल्हाददायक दिवस अनुभवण्याची संधी क्वचितच मिळते.

'फ्लेक्सी-टाईम' म्हणजे मालक व कर्मचारी या दोघांच्या सोयीने ठरवलेले कामाचे बदलते तास - हे विशेषत: स्त्रियांसाठी निर्माण झाले आहे कारण, त्यांना घर सांभाळणे, मुलांचे संगोपन करणे या जबाबदाऱ्यांचे ओझे असते. 'फ्लेक्सी-टाईम' मध्ये अर्धवेळ कामाचा अंतर्भाव होतो. उदाहरणार्थ : फक्त सकाळच्या वेळेत काम करणे, त्यायोगे इतर कामांसाठी बाकीचा वेळ उरतो. इंग्लंडसारख्या देशात ही लवचिकता नोकरी 'शेअर' करण्यापर्यंत विस्तारलेली आहे. या ठिकाणी दोन व्यक्ती नोकरी 'शेअर करू शकतात - पैसा, वेळ, जबाबदाऱ्या अशा सर्वार्थाने-शिवाय मालकाला काहीही उपद्रव न होता. त्याउलट, मालकाला एकाच नोकरीत दोन 'डोकी' मिळतात, आणि आपल्याला त्याचे महत्त्व ठाऊक आहे.

जोड (Dual) करिअर

जोड करिअर घडवताना मुलांच्या जडणघडणीचा विचार, करिअरच्या प्रगतीमध्ये स्त्रियांना समान वाव देणे, बदलीची तयारी असणे, वयोवृद्ध मातापित्यांची काळजी

घेणे म्हणजे, यांना खूप महत्त्व आहे असे मानले जाते. करिअर व कुटुंबाकडेही योग्य तितके लक्ष पुरवण्याची मागणी करणारी 'सी-सॉ' सारखी परिस्थिती वादग्रस्त बनते. समृद्ध करिअर बनवण्यासाठी कौशल्य पणाला लावून प्राधान्याच्या गोष्टी ठरवणाऱ्या गुणवत्ताप्राप्त स्त्रियांसाठी हे अधिकच ताणयुक्त असते.

'उद्योगाशी जडले नाते' या हेमलता जोशी व सुधाकर जोशी लिखित (डिम्पलेक्स पब्लिकेशन्स, पुणे) पुस्तकात २५ महिला कारखानदारांची स्फूर्तिदायक उदाहरणे आहेत. इंजिनिअरिंगपासून रसायनांपर्यंत ते चामडी कपड्यांच्या उद्योगांपर्यंत व्यवसाय उद्योगाच्या सर्व क्षेत्रांत स्त्रियांचा वावर आहे. त्यांचे पती, कुटुंबीय व मित्रपरिवाराने त्यांना पाठिंबा दिला आहे. त्यांनी कधी पतीच्या साहाय्याने करिअर सांभाळले आहे तर कधी स्वत:च कौशल्याने संघर्षमय परिस्थिती - मग ती घरगुती आघाडीवरची असो वा अन्यत्र - हाताळली आहे. त्यांच्यामध्ये उद्योजक पुरुषांमधलीच गुणवैशिष्ट्ये असतात - प्रेरणा, महत्त्वाकांक्षा, कठोर मेहनत, काहीतरी नवे घडवण्याची उत्कट इच्छा, स्वतंत्र बाणा, नवउपक्रमशीलता, प्रत्यक्ष कार्य करताना शिकत राहणे, चिकाटी व बांधिलकी. यामध्ये सर्वांत महत्त्वाचा निष्कर्ष असा आहे की, या स्त्रियांनी अशा प्रकारचे करिअर बरेच उशिरा म्हणजे वयाच्या ३५ ते ४० वर्षांदरम्यान घडवले. त्यांच्या करिअरचा प्रारंभ उशिरा होण्याचे कारण म्हणजे मुलांच्या संगोपनाची जबाबदारी, असे स्पष्टीकरण दिले जाते. ही जबाबदारी पार पाडल्यानंतर त्या स्वत:चं स्वतंत्र अस्तित्व प्रस्थापित करू शकल्या.

जेव्हा जोड करिअर घडवण्याचा सजग निर्णय घेतला जातो तेव्हा एकदिलाने काम होण्यासाठी दोन्ही भागीदारांनी 'स्वॉट' (SWOT) (या विषयी प्रकरण ४ मध्ये विस्ताराने स्पष्टीकरण आहे.) अभ्यास करणे केव्हाही चांगले-एखाद्या संयुक्त व्यावसायिक उपक्रमात जोडीने काम करण्याच्या दृष्टीने. विवाहबद्ध होण्याचा विचार करणाऱ्या जोड्यांनी परस्परांशी आपापल्या 'स्वॉट' विषयी व करिअर अनुरूपतेविषयी आधीच बोलणे केव्हाही चांगले ठरेल.

उद्योग-व्यवसायाच्या विलीनीकरण व संपादन यांमध्ये आपण दोन अथवा त्याहून अधिक ऊर्जांच्या एकत्रीकरणामुळे निर्माण होणाऱ्या अधिक समृद्ध ऊर्जेच्या (Synergy) शोधात असतो. अशा प्रकारची अनुरूप समृद्ध ऊर्जा मूल्यवर्धित विकास घडवते. तुम्ही विलीनीकरणाद्वारे एकत्र येत असणाऱ्या भागीदारांची, विशेषत: उच्चस्तरियांची, अनुरूपता जोखता. कर्मचाऱ्यांचा सांस्कृतिक मिलाफ (Fusion) हे सर्वांत मोठे आव्हान असते. एकूणच 'रसायन' जुळणे हा विलीनीकरण प्रक्रियेतील सर्वांत महत्त्वाचा पैलू असतो. हाच नियम करिअरविषयक महत्त्वाकांक्षा असणाऱ्या दोन व्यक्तींच्या विवाहाबाबतही लागू होतो.

जर दोन्ही भागीदारांनी त्यांच्या एकत्र येण्याने निर्माण होणारी अधिक समृद्ध

ऊर्जा (Synergy) लक्षात घेतली, तर ते त्यांच्या भूमिकांचे मूल्यवर्धित रूपात मार्केटिंग करू शकतील. उदाहरणार्थ, तुम्ही सॉफ्टवेअर इंजिनिअर आहात व तुमची पत्नी पत्रकार आहे. तुमच्या असे लक्षात येईल की, आपल्याला एकत्र व्यवसाय करण्याच्या दृष्टीने अनेक संधी आहेत. ती तुमच्या क्षेत्राशी निगडित लेखनात प्रावीण्य मिळवू शकते; किंवा ती नियतकालिकांना वृत्त, लेख पुरवण्याचे काम करत असेल तर तुम्ही 'नेटवर्किंग'च्या दृष्टीने मार्ग सुचवू शकता; दोघांनी एकत्रितपणे काम करण्यासाठी किती वाव आहे, ते तुम्ही शोधून काढायचे आहे.

तिसरे करिअर

मी 'निवृत्तीसाठी योजना' या विषयावर अनेक अभ्यासवर्ग आयोजित केले आहेत, त्यामध्ये एक गोष्ट अगदी स्पष्ट दिसून आली आहे, ती म्हणजे-निवृत्तीनंतरच्या करिअरबद्दल फार थोड्या लोकांनी काही प्रमाणात पद्धतशीर विचार केलेला असतो. आता या 'तिसऱ्या करिअर' बद्दल योजना आखण्याची तातडीची गरज आहे. या करिअरचा कालावधी निवृत्तीनंतर किमान १५ वर्षांचा असेल.

वाढत्या आयुर्मर्यादेच्या गरजा भागवण्यासाठी 'तिसरे करिअर' आवश्यक आहे. आज, वयाच्या साठाव्या वर्षी निवृत्त होणारा माणूस पुढं आणखी १० ते १५ वर्षे काम करण्यास 'फिट' असणे अपेक्षित आहे. त्याने जर या काळासाठी नियोजन केले नाही, तर त्याला वैफल्याची जाणीव घेरणार हे नक्की. हा अनुभवी मनुष्यबळाचा अपव्यय आहे. त्यात भरीस भर म्हणून, यापूर्वी सुपरिचित नसलेली 'स्वेच्छानिवृत्ती' आता सर्रास आढळत आहे. त्यामुळे जे लोक चाळिशीच्या मध्यात आहेत, त्यांनी या आकस्मिक घटनेसाठी योजना आखण्याची गरज आहे. निवृत्त लोकांची जी थोडीफार माहिती उपलब्ध आहे त्यावरून असे दिसून येते की, बहुतांशजण अर्धवेळ नोकरीत वा स्वयंरोजगारात आहेत, आणि व्यवसाय भागीदारीत असणाऱ्यांची टक्केवारी अत्यल्प आहे. यामध्ये स्थिर उत्पन्न मिळवणे एवढाच विचार असतो ; फार थोडे लोक मनाला समाधान देणारा व्यवसाय शोधतात, किंवा अपूर्ण जीवनध्येयांचा पाठपुरावा करतात. आज, नव्या प्रकारच्या करिअर संधी 'तिसऱ्या' करिअरच्या व्यवस्थापनासाठी शास्त्रशुद्ध पद्धत अनुसरण्याची अपेक्षा करतात.

समजा तुम्ही ४५ वर्षांचे आहात, एका अवजड इंजिनिअरिंग उद्योग कंपनीत लॉजिस्टिक मॅनेजर आहात. तुम्ही जर विभागप्रमुख नसाल आणि अतिरिक्त जबाबदारी व मेहनताना या संदर्भात तुम्हांला किमान चार वेळा बढती मिळाली नसेल, तर तुमचे नाव कंपनीच्या स्वेच्छानिवृत्ती देऊ करण्याच्या यादीत आहे असे समजा. तुम्ही हे जीवनातील अपूर्ण कार्य अशा रूपात असलेल्या जीवनध्येयांकडे वळण्याची संधी देणारे वळण म्हणून पाहायला हवे. तुम्हाला जीवन जगायचे आहे, प्रत्यक्ष

श्वासोच्छ्वासातून उमलून फुलवायचे आहे, या जीवनाचा भरभरून अनुभव घ्या.

अशा परिस्थितीत तुम्ही खालील निर्णय घ्याल असे समजूया :

जीवनध्येये : (अ) शैक्षणिक क्षेत्राशी संबंधित विभागात जीवन व्यतीत करणे
व
(ब) स्वतंत्र उपक्रम सुरू करणे.

करिअर उद्दिष्टे : (अ) तुमचे व्यवस्थापकीय कौशल्य उपयोगात आणणे,
व
(ब) 'लॉजिस्टिक्स' क्षेत्रात सर्वोत्कृष्टता मिळवणे.

यामुळे तुम्ही कदाचित पुस्तकवितरण उद्योगात पाऊल ठेवायचे ठरवाल- तुमच्या जीवनध्येयाच्या व करिअरमधील इच्छेच्या जवळ जाणारा उपक्रम. या उद्योगात तुमची 'लॉजिस्टिक' क्षेत्रातील तज्ज्ञता कामी येईल. मग तुम्ही माहिती गोळा करायला प्रारंभ कराल, योजना बनवाल, भांडवल उभे कराल आणि नव्या दमाने सुरुवात करण्यास सज्ज व्हाल. कंपनी केव्हा उडवतेय याची वाट बघत बसण्यापेक्षा, आपण केव्हा निवृत्त व्हायचे व आपल्या 'तिसऱ्या करिअर' ला केव्हा सुरुवात करायची, ते ठरवणे तुमच्याच हातात आहे. तुम्हाला तुमची महत्त्वाकांक्षा पूर्ण करण्यास किमान २५ वर्षे (वय वर्षे ४५ ते ७०) मिळतील.

खरे तर, जीवनात 'निवृत्ती' अशी कुठली दुभाजक रेषा नसते ही गोष्ट समजून घेणे महत्त्वाचे आहे. कार्यरत जीवन ही सतत घडणारी प्रक्रिया आहे. विशेषत: वयाची पंचावन्न वर्षे उलटल्यानंतर. त्यामध्ये आजारपण, त्यातून बरे होणे, योजनाबद्ध सुट्या या गोष्टीही येतात. वाढत्या महागाईला तोंड देण्यासाठी अर्थार्जन करत राहणे ही व्यावहारिक सक्ती बनलेली आहे. तुमच्या गुंतवणुकांमधून होणाऱ्या मिळकतीला पूरक अर्थार्जन केल्याखेरीज, वयाच्या पन्नाशीनंतर विशिष्ट जीवनमान कायम राखणे अवघड आहे.

तुम्हाला सुयोग्य ठरेल असा व्यवसाय शोधण्यासाठी, तुमच्या अनुभवांचे मंथन करा. या विचारमंथनातून तुम्हाला समजेल की तुम्ही कोणत्या क्षेत्रात चांगले काम करू शकता, म्हणजे-नियोजन, संघटन, कर्मचारीविषयक, पर्यवेक्षण, तपासणी, अंमलबजावणी, विक्री, खरेदी किंवा अन्य कोणत्याही क्षेत्रात. तुमच्या विशिष्ट क्षेत्रातील तंत्रविषयक कौशल्ये ही त्या कार्यक्षेत्राच्या परिघावर प्रभुत्व ठेवण्याची गुरुकिल्ली आहे. तुम्ही निर्माण केलेले संपर्क हा अत्यंत महत्त्वाचा घटक आहे. तथापि, मैत्रीबंध हे वेळेला उपयोगी पडतीलच असे नाही. काहीवेळा मित्र पक्षपाती- पणाच्या आरोपाचा धोका नको यासाठी साहाय्य करण्यास कचरतात. संपर्क कसे

निर्माण करायचे व त्यांचा पुरेपूर फायदा कसा उठवायचा, हे आत्मसात करण्यासाठी थोडा अभ्यास व प्रशिक्षणाची गरज असते. तुम्ही जो पर्याय निवडाल, तो तुमचे जीवनध्येय पूर्ण करण्याच्या दृष्टीनेच ठरवलेला असला पाहिजे. आयुष्याच्या या टप्प्यावर, तुमच्या योजनेमध्ये यश ते अर्थपूर्णता असे स्थित्यंतर असेलच पाहिजे.

बहुतांश ज्येष्ठ नागरिकांची (साठीच्या पुढच्या) नकारात्मक मनोभूमिका जीवनाकडे पाहण्याचा निराशावादी दृष्टिकोन दर्शवते. निराशावाद हा निराशावादावरच पोसला जातो. बरेचजण आध्यात्मिक शांतीच्या शोधात धर्माकडे वळतात, पण झटपट स्वस्थता मिळत नाही. बऱ्याच तत्त्वज्ञानपर मठांत हवाबंद डब्यातल्या पदार्थासारखा आध्यात्मिक आनंद विनामूल्य उपलब्ध आहे असे दिसते. काहीही करून आध्यात्मिक समाधान मिळवण्याचा प्रयत्न करा. 'अध्यात्म मार्ग' आत्मशोध व शांती यांच्या शोधासाठी इष्ट आहे, पण 'तिसऱ्या करिअर' च्या सुफल जडणघडणीसाठी नाही.

आत्ताच्या काळात तुमची मोठी झालेली मुले, मुली, जावई, नातवंडे नुसत्या पोकळ सल्ल्याने प्रभावित होत नाहीत. ते वैभवशाली भूतकाळाच्या कथांत गुंगून जात नाहीत. तुम्ही जर एखाद्या अर्थपूर्ण प्रकल्पात गर्क असाल व स्वत:च्या उपजीविकेसाठी स्वत: कमवत असाल, तर त्यांना तुमच्याविषयी अधिक आदर वाटेल. त्यांना तुमची बांधिलकी, सर्वोत्कृष्टता साधण्याची तळमळ व तुम्ही स्वत:च नेमून घेतलेले काम पूर्ण करण्यासाठी करत असलेल्या अथक प्रयत्नांविषयी आदर वाटेल. तुम्ही, ज्येष्ठ लोकांनी आदर्श (Role Model) बनण्याच्या अटळ जबाबदारीचा सन्मान केला पाहिजे. असा आदर्श की जो समर्पण वृत्ती व निग्रहीपणाचे उदाहरण असेल आणि जो कर्तबगारी व कर्तृत्वशून्यता यांतील फरक स्पष्ट करेल.

नवे उमेदवार

'बदल हेच फक्त स्थिरपद (Constant) असते' आणि आता तर बदलाची गुणवैशिष्ट्येसुद्धा झपाट्याने बदलत आहेत. याचे प्रमुख वैशिष्ट्य म्हणजे याची 'शॉर्ट-वेव्ह बँड फ्रिक्वेन्सी' असेल. याची 'वारंवारता' (Oftenness) कोड्यात टाकणार असेल. आता तुमच्या करिअरचे खाली नमूद केल्याप्रमाणे टप्पे असणे असंभवनीय आहे.

१. शिक्षण (वय- ६ ते २५ वर्षे), नोकरी (वय-२६ ते ६० वर्षे), निवृत्ती (साठीच्या पुढे)

२. शिक्षण (वय- ६ ते २५ वर्षे), नोकरी (वय २६ ते ५० वर्षे), तिसरे करिअर (वय- ५० ते ७५ वर्षे)

सन २००१ ते २०१० या दरम्यान, जेव्हा आज वयाच्या तिशीत असणारे लोक वयाच्या चाळिशीत पोहोचतील त्यावेळी हे स्थैर्य संपेल. ही निकड लक्षात घेऊन, २० ते ३० या वयोगटातील सर्वांनी दर सात वर्षांनी आपल्या करिअरच्या

विकाससंबंधी निर्णय घेण्याची तयारी ठेवली पाहिजे. ही वेळ करिअरविषयक पाऊल उचलण्याची आहे किंवा नाही, ते तुम्ही अंत:प्रेरणेच्या आधारे ठरवले पाहिजे. जसजसे तुम्ही जास्त पावसाळे पाहाल तसतसा तुम्हाला स्वत:चा 'आकृतिबंध (Pattern) ओळखता येईल व तुम्ही पुनरावृत्तीच्या वेगाशी (Frequency) जुळवून घेऊ शकाल. एक गोष्ट नक्की आहे, ती म्हणजे तुम्ही तुमची तयारी अथवा सज्जता कुठल्याही परिस्थितीत ढिली पडू देऊ शकत नाही. ही सज्जता कधीही उणावू देऊ नका.

माझा व्यवसाय-उद्योगातील ज्या ज्या नेत्यांशी संपर्क आला, त्या सर्वांमध्ये मला 'बदलत्या काळाची' जाणीव आढळली. या नेत्यांनी आवर्जून सुचविले आहे की, तरुण वर्गानं उद्योगाशी संबंधित क्षेत्रातील अनुभव मिळवावा आणि त्यानंतर आपल्याला रस असणारी व आश्वासक क्षेत्रे निवडावीत. ते नोकरीविरहित अर्थ-व्यवस्थेच्या आव्हानांना तोंड देण्यासाठी स्वत:ची स्वत: उद्योजकतेची सफर सुरू करू शकतात. उद्योगातील सर्व नेते नवउपक्रमशील व महाविद्यालयीन शिक्षणानंतर लगेचच स्वत:च्या पायावर उभ्या राहणाऱ्या तरुणाईच्या बाजूने आहेत. आपल्याकडचे तंत्रकुशल लोक (Technocrats) जागतिक स्तरावर भारताला अभिमान वाटावा अशी कामगिरी बजावत आहेत. तुम्ही त्यांच्या पाऊलखुणांचा मागोवा घेऊ शकता.

जागतिक स्तरावर चमकणारी भारतीय तंत्रकुशल रत्ने

यशस्वी उद्योजक व भांडवलशहा म्हणून स्वत:ची ओळख बनवलेल्या व अमेरिकेत त्यांच्या सामर्थ्यशाली अस्तित्वामुळे ओळखल्या जाणाऱ्या काही व्यक्ती - 'सिकॅमोर' चे देश देशपांडे, 'टेलिजंट' चे राजेंद्र सिंग, 'सायरस लॉजिक' चे सुहास पाटील, 'एक्झॉडस' चे केबी चंद्रशेखर, 'इन्फोस्पेस' चे नवीन जैन, 'एक्झॉडस' चे कंवल रेखी, 'ज्युपिटर नेटवर्कस्'चे प्रदीप सिंधू, 'मल्टीपल ॲसेस कॉर्पोरेशन' चे बकुल जोशी, 'ईशोनी' चे प्रकाश भालेराव, 'सिलीकॉन स्पाईस' चे विनोद धाम या सर्वांनी कर्तृत्वासाठी नवीन कार्यक्षेत्राचा शोध घेतला, ज्यायोगे त्यांनी सेवा अथवा उत्पादनाचे मूल्यवर्धन घडवले. त्यांनी स्वत: काही नवोपक्रम करण्यासाठी सुरक्षित नोकऱ्या सोडल्या. तुम्हाला जर या उदाहरणांचे अनुकरण करायचे असेल, सातासमुद्रापार कार्यसंधी शोधायच्या असतील, संपर्कसूत्रे स्थापन करून स्थलांतर करायचे असेल, अथवा कार्य राष्ट्रीय सीमांच्या काचातून मुक्त झाले आहे या वास्तवाचा लाभ उठवायचा असेल तर; भारतात राहा आणि कित्येक लोक बनले आहेत, त्यांच्यासारखे जागतिक खेळाडू बना.

स्वयंप्रेरणेने कार्याला प्रारंभ करणाऱ्या बहुसंख्य लोकांनी उद्योग-व्यवसायाच्या संधी हेरण्यासाठी आणि समविचारी सहकारी व इतर व्यावसायिकांसाठी कार्याशी

निगडित करिअर संधी निर्माण करण्यासाठी धोके पत्करले आहेत तसेच, सर्वप्रथम पुढाकार घेतला आहे. उद्योग उभारणीच्या प्रक्रियेत त्यांनी त्यांच्या करिअरचेही व्यवस्थापन केले आहे. तुमच्यासारख्या, करिअर घडवू पाहणाऱ्या लोकांना आदर्शांची उणीव भासणार नाही. तुम्ही तुमच्या स्वतःच्या 'विंडोज २१' मधून म्हणजे 'एकविसाव्या शतकाच्या खिडकीतून' पाहण्याची व त्यामध्ये येणाऱ्या 'कार्य' संकेतस्थळांच्या संधी पाहून, त्यातून आपल्यासाठी सर्वांत सुयोग्य संकेतस्थळ निवडण्याची गरज आहे. तुम्ही कोणत्याही वयोगटातील असा, अथवा करिअरच्या आलेखावर कोणत्याही स्थानी असा, तुमच्या यशातील सर्वांत महत्वाचा घटक म्हणजे तुमची मनोवस्था आणि तुमचे वैचारिक आकृतिबंध (Patterns) व प्रक्रिया. तुम्हाला रूढ चौकटी-बाहेरील विचार करावा लागेल. एक गोष्ट नक्की आहे, ती म्हणजे तुम्ही तुमची तयारी अथवा सज्जता कुठल्याही परिस्थितीत ढिली पडू देऊ शकत नाही. रूढीबाहेरील विचार करणे हे यशस्वी लोकांचे प्रमुख गुण-वैशिष्ट्य असते आणि हाच आपल्या पुढच्या प्रकरणाचा विषय आहे.

◆

नवी मनोभूमिका – रूढचौकटीबाहेर जाऊन विचार करण्याची वृत्ती

तंत्रज्ञान, माहितीचा विस्फोट, स्पर्धा व कामाची पुनर्रचना या चार क्रांतिकारी शक्ती आपल्याला आपल्या मनाचा सजग आढावा घेण्यास भाग पाडत आहेत; आपली विचारपद्धती, जाणीव, वर्तन, कृती व आपण करिअरला कोणती दिशा देतो त्याचा सखोल विचार करायला लावत आहेत. नव्या वास्तवाला तोंड देण्यासाठी आपण संपूर्णतः नवी मनोभूमिका स्वीकारण्याची गरज आहे, आपण चौकटीबाहेर जाऊन विचार करण्याची आवश्यकता आहे. या प्रकरणामध्ये, आपण आपली सध्याची मनोभूमिका तपासू व त्यामुळे आपण चौकटीत कशा प्रकारे बद्ध होतो ते पाहू. त्यानंतर आपण एकविसाव्या शतकात व्यवहारी वृत्ती, उत्पादकता, ज्ञानसंपन्नता व मुक्तता अंगी बाणवण्यासाठी अत्यंत महत्त्वाचे ठरणारे गुणविशेष शोधू, ही एक उत्क्रांति-प्रक्रिया आहे, ज्यातून प्रत्येक माणसाला जावे लागेल. ही प्रक्रिया माणसाच्या संपूर्ण दृष्टिकोनात व पर्यायाने त्याच्या कामगिरीत लक्षणीय बदल घडवण्यास साहाय्य करेल.

प्रचलित मनोभूमिका

आपल्या सध्याच्या मनोभूमिकेमध्ये खालील घटकांचा समावेश आहे.

सकारात्मक बाजू

* **सहनशीलता :** कौटुंबिक बाबींत सखोल गुंतवणूक. पापभीरू, क्षमाशील, खूनशी सूडबुद्धी वा अरेरावी अंगी नसणारे.

* **ज्ञानाविषयी आदर :** अधिक शिक्षण घेण्यास पसंती. कितीही कष्टप्रद असले तरी मुलांना उच्च शिक्षण देण्यासाठी काहीही करण्याची तयारी.

वर नमूद केलेले सकारात्मक सद्‌गुण बरेचदा नकारात्मक रूप धारण करतात, ते असे –

* **अहंकेंद्रित संदर्भचौकट :** माझ्यावर अन्याय झाला आहे, ही माझी

समजूत बरोबर आहे. त्यामुळे माता-पिता, वरिष्ठ, कंपनी, समाज, सरकार-प्रत्येकजण माझे देणे लागतो. माझे काही योगदान असो वा नसो, प्रत्येकाने मला चांगले जीवनमान व नियमित बढती दिली पाहिजे.

* **दुभंगलेले आकलन :** एखादी व्यक्ती एखादी गोष्ट संपूर्ण जाणून न घेता, तिची अंशत: बाजू पाहते. अशी व्यक्ती नोकरीच्या वर्णनावर लक्ष केंद्रित असणारी असते, ती फलनिष्पत्तीशी अथवा संस्थेच्या विकासाशी काही संबंध मानत नसते. अशी व्यक्ती तपशिलांवर लक्ष केंद्रित करते. ही व्यक्ती कारकुनी, यांत्रिक, हिशोबी वृत्तीची असते. अशी व्यक्ती कसलीही संदिग्ध परिस्थिती उभी ठाकली की गोंधळून जाते.

* **'एकतर ... नाहीतर' मानसिकता :** विचार, भावना यांचे विशिष्ट केंद्रीकरण असणारी (Polarised), विभक्ततावादी विचारसरणी. अशी व्यक्ती फक्त काळे अथवा पांढरे अशीच विभागणी पाहू शकते – ती 'करडे' प्रदेश पाहू शकतच नाही अथवा तिची पाहायची इच्छा नसते. त्यामुळे अशी व्यक्ती वास्तवापासून फारकत घेणारी आणि दूर जाणारी असते.

* **कायद्यावर बोट ठेवणारी व तक्रारखोर वृत्ती :** कर्तव्याच्या बाबतीत नाही, पण हक्कांच्या बाबतीत जागरूक. अर्थ लावण्यासंदर्भातील लढायांमध्ये आनंद. मर्यादेच्या परिघात वावरणारे, कामचुकार, संघर्षमय परिस्थितीत हार-जीत या संदर्भात विचार; दोन्ही बाजूंचे म्हणणे योग्य असू शकते किंवा दोन्ही बाजू चुकीच्या असू शकतात, हे स्वत:लाच कळत नाही.

* **स्थितिप्रिय (Static) :** आहे ती स्थिती बदलण्याची इच्छा नसते. बदलीला नकार. बढती हवी असते मात्र जबाबदाऱ्यांमध्ये वाढ नको असते. कामगिरीच्या जोरावर बढती मिळवण्यापेक्षा सेवाज्येष्ठतेवर बढती हवी असते. अशी व्यक्ती म्हणजे 'अचल' वस्तूंच्या यादीपैकी एक असते.

* **आडमुठे वर्तन :** अगदी उद्धट म्हणावे असे वर्तन नसले तरी ग्राहकाविषयी एकंदरीत उदासीन. सहकाऱ्यांशी थंड वागणूक. कातडीबचावू धोरण, नोकरशाही वृत्ती, आहे ती स्थिती कायम राखण्याकडे कल.

* **विरोधात्मक भूमिका :** आवाज उठवण्याचे सामर्थ्य नसले तरी सतत वरिष्ठांवर प्रश्नांची सरबत्ती. त्यामुळेच अधिकारी व व्यवस्थापक कारकुनांच्या व कामगार संघटनांच्या मागण्या व निषेधांना शांतपणे व नैतिक पाठिंबा देताना दिसतात.

आपण जेव्हा भारतीयांच्या मनोभूमिकेचा विचार करतो, तेव्हा या गुणवैशिष्ट्यांचा संदर्भ देतो. अर्थातच, हे प्रादेशिक, भाषिक, सामाजिक गट, जात, संघटना व ग्रामसंस्कृती अशा विविध गोष्टींचे समुच्चय आहेत.

स्वातंत्र्य मिळाल्यापासूनचा काळ विचारात घेतला, तर अशा प्रकारची मानसिक जडणघडण होण्याची प्रमुख कारणे अशी आहेत :

१. ब्रिटिशांविरुद्ध प्रभावीपणे वापरलेले असहकाराचे अस्त्र आपल्यामध्येच खोलवर भिनले आणि ते आपले सरकार व व्यवस्थापन यांच्याच विरोधात वापरले गेले. परिणामी, संपूर्ण संस्कृती सत्ताविरोधी बनली.

२. डाव्या विचारसरणीच्या लोकांचा विरोध व स्वतंत्र, नवमतवादी कामगार संघटनांच्या नेत्यांच्या फुलारलेल्या अहंकारांमुळे वारंवार उत्पादननिर्मितीत व्यत्यय आला आणि नासधूस करणाऱ्या कार्यपद्धती बेसुमार वाढल्या.

३. कामगाराभिमुख, त्यांना जरुरीपेक्षा जादा सुरक्षित कवच पुरवणारे कायदे निर्माण झाले आणि त्यामुळे 'कार्य-विरोधी' नीती व आळशी मनोवृत्तीचे भरणपोषण झाले.

एकविसाव्या शतकात, तुम्हाला निराळ्या मनोभूमिकेची गरज आहे. तुम्हाला मानवी मनाच्या उत्क्रांतीच्या प्रगति-मोहिमेत सहभागी व्हावे लागेल. हे करण्यासाठी, या प्रगति-मोहिमेत कशामुळे सामर्थ्य लाभणार आहे, ते आपण समजून घेण्याची आवश्यकता आहे.

मनाची सक्तीची उत्क्रांती

आपण माकडाचे वंशज आहोत – आपली माकड अवस्थेतून – नक्कल करणे, सशर्त प्रतिसाद ते स्वतंत्र, सर्जनशील विचारसरणी – अशी मानसिक उत्क्रांती घडली, हा खूप खूप प्रदीर्घ प्रवास आहे. आता नव्या सहस्रकाच्या वळणावर उभे असताना, नवी आव्हाने आणखी एक उत्क्रांत भरारी घेण्याचे आवाहन करत आहेत.

या वळणाची गुणवैशिष्ट्ये खालीलप्रमाणे :

१. ज्ञानाचे शतक : या ज्ञानाच्या शतकात तांत्रिक संस्कृतीच्या व परिणामी निर्माण होणाऱ्या असुरक्षित वातावरणाच्या व्यवस्थापनासाठी ज्ञानक्षेत्रातील अधिकाधिक कर्मचाऱ्यांची आवश्यकता आहे. ताकद वा शक्तीच्या ऐवजी माहितीचा वापर हे एक स्वस्त आदान आहे. आपण त्याचा आर्थिक बाबींवर होणारा परिणाम समजून घेतला पाहिजे. आता वस्तू नव्हे तर कल्पना (Ideas) आर्थिक विकासाची यंत्रे बनली आहेत. समतोल, स्थैर्य, हेतुमूलकतावाद आणि 'सर्वांमध्ये समान क्षमता असतात' या गृहीतावर आधारित विभागणीविषयक न्याय या पायावर उभारलेल्या जुन्या आर्थिक सिद्धांतांनी व्यक्तिवादाचा अधिक पुरस्कार करणाऱ्या नव्या अर्थशास्त्राला मार्ग करून दिला. हे नवे अर्थशास्त्र म्हणजे – 'प्रत्येकामध्ये निरनिराळ्या क्षमता असतात. कामगिरीनुसार मोबदला द्या.' ही विचारसरणी रचना (Structures), आकृतिबंध (Patterns), स्वयं-संघटन, जीवनचक्रे व यंत्रणांचे सततचे प्रकटीकरण या गोष्टींना अधिक महत्त्व देते.

जसजशा नवनवीन कामाच्या पद्धती, तंत्रविज्ञान व माणसे यांच्या एकमेकांना छेदणाऱ्या संरचना एकत्र येऊन मिळतात, तसतसे व्यापार, उद्योग व आर्थिक

उलाढाल सतत वेळेच्या कडेकिनारीवर चालत असतात. अशा विचारधारणेसोबत आपल्याला काळानुरूप बदलत उत्क्रांतीला सामोरे जावे लागत असते.

विकसित उद्योग-व्यवसायाच्या गरजा भागवण्यासाठी माहितीचा अधिक चांगला प्रवाह आवश्यक आहे. त्यातूनच 'डिजिटल' विचारप्रक्रियेची गरज निर्माण झाली आहे.

२. पुनर्रचना ते पुनर्बळप्रदान : संस्था पुनर्रचनेच्या चक्रातून गेल्या आहेत. आता त्या 'डिजिटल' आयुधांच्या साहाय्याने कामाकडे पाहण्याचा नवा दृष्टिकोन स्वीकारून लोकांना अधिक उत्पादक बनवण्याकडे लक्ष देत आहेत. ही नवचैतन्य निर्माण करणारी प्रक्रिया असून, यामुळे कर्मचाऱ्यांना निरनिराळ्या स्व-सजगता व सुधारणा कार्यक्रमांतून जावे लागते.

३. संघटित नेटवर्कस् : आता संस्थांकडे सक्षमतांचा समुच्चय म्हणून पाहिले जाते. या नव्या विचारसरणीमुळे मूलभूत कार्यक्षमता व उच्च कामगिरी सिद्ध करणाऱ्या कार्यपद्धतीवर मुख्य प्रकाशझोत वळला आहे. मूलभूत कार्यक्षमतेच्या साच्याबाहेरचे काम बाहेरून करून घेतले जाते (Outsourced), अधिकाधिक प्रमाणात बाहेरून करून घेतले जाते व त्यामुळे 'जॉबिंग नेटवर्क' तयार होते. नवे तंत्रज्ञान मोठ्या प्रमाणात येत आहे – एकविसाव्या शतकातील उपक्रमांचे स्वरूप वेगळे दिसणार आहे (चौकटीत पाहा).

एकविसाव्या शतकातील उपक्रम

* गुणवैशिष्ट्ये : नवे ज्ञान संपादन करत राहणाऱ्या संस्था, अत्यंत नव–उपक्रमशील, जलद गतीने परिवर्तन

* नवनव्या काल्पनिक उपक्रमांचा (Virtual Enterprises) उदय :

- नेमक्या ग्राहकगरजा पूर्ण करण्यासाठी आवश्यक असणारे स्वतंत्र उपक्रमांचे संयुग :
- मूलभूत सामर्थ्य अथवा उद्योग-व्यवसायावर लक्ष केंद्रित;
- ज्या कामांसदर्भातील कार्यक्षमता नसेल, ती कामे बाहेरून करून घेणे;
- उद्योग-व्यावसायिक युतींचे नेटवर्क;
- बौद्धिक भांडवलाचा पुरेपूर वापर करून घेणे;
- भौतिक पायाभूत बाबी अल्प राखणे; आणि
- बहु-उपक्रम मूल्यशृंखलांना सहकार्य करण्याची व त्या चालू ठेवण्याची क्षमता.

(अशोक सूता : अध्यक्ष - माईंडट्री कन्सल्टिंग प्रा.लि.)

आपल्याकडे कुठल्या दूरच्या संस्कृतीतून हे नवे तंत्रज्ञानविषयक वातावरण

आयात केलेले नाही. हे काही अचानक 'घडलेले' नाही. हे वैश्विक मानसिकतेच्या इच्छेतून, अंत:प्रेरणेतून निर्माण झाले आहे. हे 'बाह्य' वास्तव उत्क्रांति-प्रक्रिया स्वीकारण्यास, बदल घडवण्यास व तिच्यावर नियंत्रण मिळवण्यास भाग पाडत आहे.

आता आपण एकविसाव्या शतकातील मनोभूमिकेचा आराखडा तयार करूया.

एकविसाव्या शतकातील मनोभूमिकेची रूपरेषा

आपल्या सध्याच्या नकारात्मक बाजू विरघळवून टाकण्यासाठी आपल्याला विद्रावकासारखे गुणधर्म असणारी सकारात्मक गुणवैशिष्ट्ये आवश्यक आहेत. मी एकविसाव्या शतकातील मनोभूमिका तयार करण्यासाठी आवश्यक असणाऱ्या अशा नऊ गुणवैशिष्ट्यांचे संयुग शोधले आहे.

कोष्टक क्रमांक १

बिंदू	गुणवैशिष्ट्ये
•	ताजेतवाने मन
•	चांगल्या उदाहरणांचे अनुकरण
•	करिअर-केंद्रित
•	दर्जेदार उत्पादन
•	उत्कृष्ट सेवा
•	कार्य व संपत्ती
•	कर्तृत्वाची फलनिष्पत्ती
•	शोधकौशल्ये
•	शिकण्याची क्षमता

आपण 'डॉटकॉम' जगतात असल्यामुळे आपण हेच 'डॉटस्' म्हणजे बिंदू रूपरेषा तयार करण्यासाठी वापरूया.

कोडे

आता हे बिंदू जोडण्याचे कोडे सोडवण्याचा प्रयत्न करा. ही प्रक्रिया निर्णायक महत्त्वाची आहे ही गोष्ट कृपया लक्षात घ्या. नियमांचे काटेकोर पालन करा. मी घेतलेल्या अभ्यासवर्गातील फक्त ५ टक्के उमेदवारच पहिल्या वेळी हे बिंदू जोडू शकले. या बुद्धिवंत अल्पसंख्याकांमध्ये तुम्हीही असाल, असा मला विश्वास आहे.

एक कागद व पेन घ्या :

१. खाली दिल्याप्रमाणे कागदावर नऊ बिंदू काढा.

आकृती १

२. एकदा रेषा काढण्यास प्रारंभ केल्यानंतर, पेन न उचलता चार सरळ रेषांनी बिंदू जोडा.

३. यामध्ये तुम्ही रेषा छेदू शकता, पण त्या रेषेवरून मागे फिरू शकत नाही.

४. हे बिंदू पाच मिनिटांत जोडायचे आहेत.

कोड्याचे उत्तर

कोड्याचे उत्तर असे आहे :

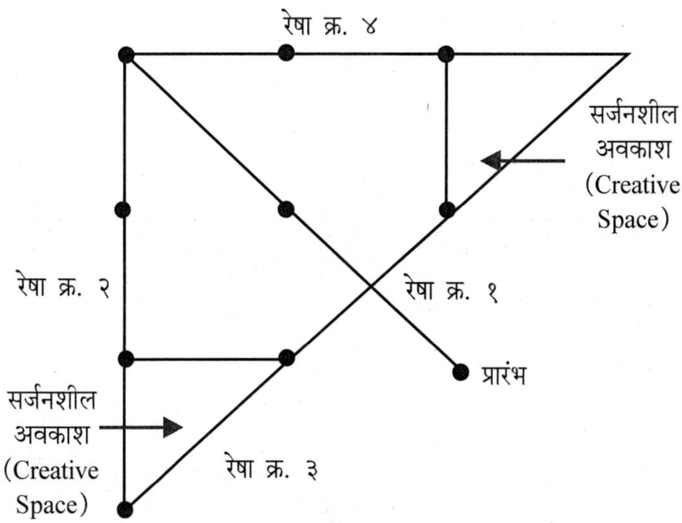

आकृती २

हे बिंदू म्हणजे समस्या आहेत असे समजा. तुम्ही जर हे बिंदू जोडू शकला नाहीत, तर त्याचा अर्थ असा आहे की, तुमचे मन समस्येवर केंद्रित आहे, तिच्या उत्तरावर नव्हे. तुम्ही बिंदू योग्य पद्धतीने जोडण्यासाठी बिंदूंच्या पलीकडे गेलात. हा

मानसिक विस्तार (Stretch) म्हणजेच तुमच्या सर्जनशीलतेचे क्षेत्र होय, तुमची दुसऱ्या बिंदूपर्यंत पोचण्यासाठी पाऊल पुढे टाकण्याची तयारी. तुम्ही नियम मोडले नाहीत, तरीसुद्धा तुम्ही कोडे सोडवण्यासाठी 'अवकाश' शोधलेत. अडथळे पार करताना तुमचे मन त्यावरून प्रचंड वेगाने झूऽऽमकन् पुढे गेले पाहिजे आणि कोंडी फोडण्यासाठी नव्या ताज्या ज्ञानप्रकाशाने परत मागे आले पाहिजे.

तुम्हाला हे बिंदू जोडता आले नसतील, तरी नाऊमेद होऊ नका. तुम्ही इतर कोडी सोडवू शकाल. तुम्ही बुद्धिवान आहात. तुमची स्वत:ला रस असलेल्या गोष्टींमध्ये निराळ्या पद्धतीने विचार करण्याची कुवत उच्च स्तराची आहे, हे गृहीत धरलेले आहे. तुम्ही हे पुस्तक वाचत आहात हीच गोष्ट, तुम्ही तुमच्या करिअर-विषयक प्रश्नांसंदर्भात उत्तरे शोधण्यासाठी स्वत:चे पुनरुज्जीवन करण्याचा प्रयत्न करत आहात, याचा पुरेसा पुरावा आहे.

एकविसाव्या शतकातील मनोभूमिका बऱ्याच प्रमाणात नकारात्मकतेच्या विळख्यात सापडलेली आहे. हा विळखा सैल करण्याचा एकमात्र मार्ग म्हणजे या नव्या साच्यानुसार काम करणे. तुम्हाला एकविसाव्या शतकात ज्या नोकरीविरहित अर्थ-व्यवस्थेला तोंड द्यायचे आहे, त्यामध्ये तुमच्या करिअरचा मार्ग या प्रक्रियेमध्ये तुमच्या ध्यानात येऊ लागेल. हे नऊ बिंदू म्हणजे नऊ गुणवैशिष्ट्ये आहेत.

आता आपण या बिंदूंचा आराखडा (म्हणजेच 'डॉट मॅट्रिक्स') कसा दिसतो ते पाहू :

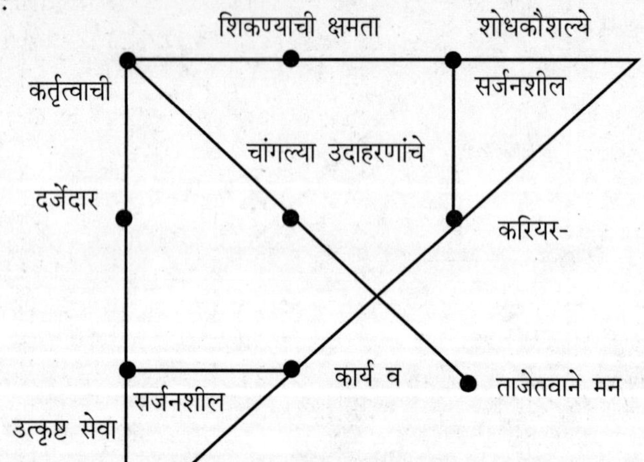

आकृती ३ : २१ व्या शतकातील मनोभूमिकेचे डॉट मॅट्रिक्स

मी घेतलेल्या अनेक अभ्यासवर्गांत, अशा प्रकारे बिंदू जोडून होणारी आकृती

पाहिल्यावर उमेदवारांची 'आहा!' अशी प्रतिक्रिया ऐकली आहे. तुमचीही कदाचित अशीच प्रतिक्रिया असेल. या आकृतिबंधाला प्रतिकात्मक मूल्य आहे. ही गुणवैशिष्ट्ये एकत्रित रूपात आली की, ती जीवनध्येयाचे पुनरावलोकन करणे, प्राधान्याच्या गोष्टी ठरविणे व करिअर घडवण्याचा कार्यक्रम आखणे या गोष्टींसाठी अत्यंत आवश्यक असणारे उत्तेजन देतात. एकदा का या गुणवैशिष्ट्यांचा अर्थ समजून घेतला की, त्यांचे सखोल महत्त्व जाणून घेणे सोपे होईल.

गुणवैशिष्ट्यांचे अर्थ

या ठिकाणी गुणवैशिष्ट्ये म्हणजे स्वाभाविक वैशिष्ट्ये (Characteristics) , विशेष स्वभावगुण (Traits) आणि गुणधर्म (Properties) यांचा संयोग असा आहे.

ताजेतवाने मन

एकात्म मन वास्तवापासून फारकत घेणारे, दुभंगलेले, गोंधळलेले नसते. त्याचा कल एकी निर्माण करण्याकडे असतो. असे मन भव्य चित्र पाहते, त्याचा समस्यांकडे पाहण्याचा दृष्टिकोन केवळ विश्लेषणात्मक नसतो तर तो एकात्म असतो. हे एक प्रकारचे स्वयंप्रकाशित समग्र पाहणे असते.

चांगल्या उदाहरणांचे अनुकरण

मनुष्यप्राणी ही अनुकरण करणारी जात आहे. त्याला स्पर्धा करण्यासाठी, बरोबरी करण्यासाठी नायक व नायिकांची गरज असते. त्याच्यावर कर्तृत्वाची छाप पडते. त्याला चरित्रांमध्ये रस असतो. झळाळती उदाहरणे त्याला प्रेरणा देतात. चमचमत्या ताऱ्यांच्या भूमिका त्याला मंत्रमुग्ध करतात. तुम्ही तुमच्या निवडलेल्या व्यवसायातील असे काही आदर्श कायम मनात तेवत ठेवलेत, तर ते तुम्हाला कायम कृतीसाठी प्रेरक ठरतील. उत्तम अनुयायी क्रमाक्रमाने स्तुत्य नेता बनण्याच्या दिशेने वाटचाल करतो.

करिअर-केंद्रित

आता स्थिर करिअर- म्हणजे, एक नोकरी- एक कंपनी असा जीवनमार्ग - हे अव्यवहार्य समीकरण बनत आहे. पुनर्रचित कार्य व संस्थेच्या नेटवर्कसचे बदलते स्वरूप यांमुळे तुम्हाला तुमच्या करिअरच्या मार्गावर किमान ५० वर्षे तरी सक्रिय लक्ष केंद्रित करणे आवश्यक आहे, नाहीतर तुम्ही दिशाहीन बनाल.

दर्जेदार उत्पादन

जागतिकीकरण आणि देशी व आंतरराष्ट्रीय प्रचंड स्पर्धा यामुळे अत्याधुनिक उत्पादनांची मागणी विविध तऱ्हेने वाढली आहे. तुमचा व्यवसाय तुमच्या उत्पादने बनवण्याच्या कौशल्यावर आधारित असेल, तर त्याचा अर्थ असा आहे की - तुम्ही

विविध 'गोष्टी' आरामात हाताळू शकता - म्हणजे प्रत्यक्ष हाताने काम करणे, आयुधे, उपकरणे वापरून काम करणे, बिघाड दुरुस्त करणे, नुकसानीपासून बचाव करणे, इ. त्यामुळे तुमचा करिअर मार्ग तुमच्या या कौशल्यानुसार आखला जाईल. तुम्हाला मागणी, नवउपक्रम व उत्पादनांचा उठाव यांबाबतीत दक्ष राहावे लागेल.

उत्कृष्ट सेवा

एकविसाव्या शतकात, 'सर्वोत्कृष्ट सेवा' या संकल्पनेचा नवा अर्थ मानला जाईल. ग्राहकांना तत्पर व प्रसन्न सेवा देणे, या जोडीला सहकाऱ्यांनाही सेवा देणे असा अर्थ यामध्ये अंतर्भूत असेल. सेवा हे उत्पादकतेशी निगडित नातेसंबंधांसाठी वंगण असते. आगामी दशकांतले व्यवस्थापक-नेते नेटवर्किंग, मार्गदर्शन, सल्ला, समुपदेशन, सादरीकरण, वाटाघाटी, संपर्क, अधिकार प्रदान या माध्यमांद्वारे फलनिष्पत्ती मिळवणार असतील व त्यायोगे इतरांवर प्रभाव पाडणार असतील, तर त्यांची लोकांशी व्यवहार करण्यातली कौशल्ये त्यांना मंत्रमुग्ध करणारी असायला हवीत. सेवा ही केवळ व्यवहारातील किंमत किंवा 'कुणाला कुणाची गरज आहे' या विचारावर अवलंबून नसते. ती तुमच्या स्वाभाविक स्वरूपात परिवर्तन घडवण्याचे आवाहन करते. तुम्ही 'ग्राहक सेवे'ची हमी देण्यासाठी 'केअरिंग पर्सन' या काळजीवाहू भूमिकेत दिसावे लागणार आहे. जर तुमचा व्यवसाय लोकांशी संबंधित असेल अथवा तुम्हाला नेतृत्वस्थानी पोहोचायचे असेल तर ही 'भूमिका' विशेष आवश्यक ठरेल. तुमची व्यक्ति-व्यक्तींमधील परस्परसंबंधांची संवेदनक्षम हाताळणी, प्रेरणा देणे, 'टीम' बनवणे व नेतृत्व यामधील कौशल्य व्यवसायातील कसल्याही परिस्थितीत उपयोगी पडू शकते.

काम व संपत्ती

आपण पाहिले की, नोकऱ्या नष्ट होत आहेत परंतु काम मात्र विपुल प्रमाणात उपलब्ध आहे. कामातील या 'रूपांतरा'मुळे काम 'ज्ञान-चलित' बनले आहे. ज्ञानाच्या वापराने जे काम करावे लागते, त्यामध्ये तुम्ही नव्या कल्पना निर्माण करणे, माहिती व माहिती-प्रक्रिया हाताळणे या गोष्टी करणे गरजेचे ठरेल. हाच ज्ञानाधारित कार्याचा गाभा आहे. आपले ध्येय साध्य करण्यासाठी क्रमाक्रमाने प्रक्रिया आखणारा व्यवस्थापक या नात्याने तुम्ही कल्पनांशी खेळ करता. तुम्ही डिझाईन बनवताना नव्या कल्पनांना जन्म देत असता. माहितीचे संकलन व संशोधन करत असताना तुम्ही माहिती निर्माण करत असता व कल्पनेला आकार देत असता. या सर्व प्रक्रियेमध्ये तुम्ही कामात ज्ञानाचा वापर करत असता आणि अशा प्रकारे केलेल्या कार्यातूनच संपत्ती मिळते. याचाच अर्थ असा की, तुम्ही 'कल्पक व्यक्ती' आहात. परिस्थिती कोणतीही असो, तुमच्या कल्पना, माहिती व ज्ञाननिर्मितीमध्ये

तुमची 'ट्रान्स्फरेबल' कौशल्ये सामावलेली आहेत आणि आज याच कौशल्याला सर्वाधिक मागणी आहे. हे कौशल्य दुर्मिळ आहे, त्यामुळे याला कायमच सर्वाधिक मागणी असणार आहे. काम विपुल प्रमाणात उपलब्ध असल्यामुळे विपुल संपत्तीचा ओघ येणारच आहे.

कर्तृत्वाची फलनिष्पत्ती

कामाच्या ज्या सरावामुळे तुमची कामगिरी अधिक चांगली होते, तो तुमचा 'ॲक्शन पॉईंट' असतो. क्रिकेटचा सराव, संगीताचा रियाज, योगसाधना अथवा व्यायाम असतो, तसा कामाचाही सराव असतो. अजिबात खंड पडू न देता, दिवसरात्र, मान मोडून, समर्पित भावनेने केलेल्या सरावाने कामगिरीत लक्षणीय सुधारणा घडून येते. यासाठी अत्यंत कठोर स्वयंशिस्तीची गरज असते. हा समाधानकारक करिअर घडवण्याचा खात्रीचा मार्ग आहे.

शोधकौशल्ये

डबाबंद अन्नासारख्या 'तयार' नोकऱ्या उपलब्ध नसल्यामुळे, तुम्ही ठाम पायावर करिअर घडवण्यास साहाय्यभूत ठरणारा व्यवसाय निवडण्यासाठी तुमची सर्वसाधारण 'शोधकौशल्ये' उपयोगात आणायला हवीत. आपल्याला सुयोग्य अशा उद्योग-व्यवसायाचा शोध हा जीवनभराचा प्रवास आहे. कोणतीही गोष्ट पानात आयती वाढून मिळत नाही. उद्योजकांची भरभराट होते कारण त्यांच्यात संधी शोधण्याची उच्चस्तरीय कौशल्ये असतात. त्यांना घडणाऱ्या गोष्टी, माणसे, प्रसंग, गरजा, बाजारपेठा यांचे स्वभावतःच कुतूहल असते. जिज्ञासा ही खऱ्या अर्थाने संशोधनाची जननी असते. त्यातूनच शोधक वृत्ती निर्माण होते. एखादी गोष्ट काम करत नसेल तर चौकस व्यक्ती लगेच पुढे सरसावते व ती गोष्ट का काम करत नाहीय, कुठे गफलत आहे, ती कशी दुरुस्त करता येईल किंवा तेच काम दुसऱ्या कुठल्या मार्गाने करता येईल का, त्याचा शोध घेऊ लागते.

शिकण्याची क्षमता (Learnability)

शिकण्याची क्षमता म्हणजे शिकण्याची 'तयारी', फक्त शिकण्याची इच्छा नव्हे. शिकण्याची क्षमता ही अंगभूत असते. खरे तर, तुम्ही शिकण्याच्या संधी शोधल्या पाहिजेत. एखादी नवी गोष्ट शिकवली तर तुम्ही ती आनंदाने अंगीकारायला व प्रत्यक्ष आचरणात आणायला हवी. तुमचा नव्या गोष्टी आत्मसात करून त्या प्रत्यक्ष वापरात आणण्याचा आजवरचा इतिहास तुमची शिकण्याची क्षमता उच्च आहे, मध्यम आहे की अल्प आहे, ते दर्शवेल. तुमची नवी माहिती, संकल्पना व ज्ञान आत्मसात करण्याची क्षमता नव्या सहस्रकातील तुमची यशस्विता ठरवेल.

त्यामुळे, तुमची शिकण्याची क्षमता तुमचे विकाससामर्थ्य ही ठरवेल. 'इन्फोसिस' मध्ये नेमणुका व बढतीसाठी कर्मचाऱ्यांच्या शिकण्याच्या क्षमतेचे मूल्यमापन नियमित केले जाते. शिकण्याची क्षमता (Learnability) म्हणजे विशिष्ट घटनांतून सर्वसाधारण निष्कर्ष काढण्याची, व ते निष्कर्ष नव्या समस्यांच्या संदर्भात वापरण्याची क्षमता, अशी व्याख्या करता येईल. ज्ञान प्रचंड गतीने कालबाह्य होत आहे. त्याच्याशी मेळ राखण्यासाठी तुमची शिकण्याची क्षमता उच्च दर्जाची असली पाहिजे, तरच तुम्हाला यशस्वी करिअरची आखणी करणे शक्य होईल.

नव्या युगाची मनोभूमिका

तुमच्या ध्यानात आले असेलच की, ही सर्व गुणवैशिष्ट्ये परस्परावलंबी आहेत. तुम्हाला नव्या युगाची मनोभूमिका देण्यासाठी ही सर्व गुणवैशिष्ट्ये एकत्र येतात. आगामी काळातील खडतर परिस्थितीत तुम्हाला यशस्वी करिअर देण्यासाठी अशा प्रकारची मनोभूमिका आखलेली आहे. एकदा तुम्ही एकविसाव्या शतकातील 'डॉट मॅट्रिक्स'चे प्रचंड महत्त्व संपूर्णपणे जाणून घेऊन, आत्मसात केलेत की, तुम्ही समस्यांकडे निराळ्या नजरेतून पाहू लागाल. तुम्ही समस्यांची उकल शोधण्यावर अधिकाधिक वेळ देऊ लागाल, पण तुमची मनोभूमिका बदलण्यासाठी सर्वप्रथम तुम्ही आरंभापासून प्रारंभ करायला हवा, आपण काय आहोत, ते संपूर्णपणे जाणून घ्यायला हवे. पुढल्या प्रकरणामध्ये आपण आत्म-ज्ञानाची तंत्रे व तुमच्या करिअरला स्थैर्य देणारे घटक पाहू.

◆

तुमचे बलस्थान : तुम्ही स्वतःच

पहिल्या प्रकरणामध्ये, आपण मीनाक्षी राममूर्ती (वय ३० वर्षे), दिलीप पेंडसे (वय ३५ वर्षे), राजू रेड्डी (वय ४२ वर्षे), अमन हैदर (वय ५५ वर्षे) आणि मनप्रीत सिंग (वय ५० वर्षे) हे सर्वजण बेसावध असताना कसे कचाट्यात सापडले ते पाहिले. एका निष्ठुर तडाख्याने त्यांना जागे केले. ते नजीकच्या भविष्यकाळातील बदलांबाबत अनभिज्ञ राहिले होते. या सर्वांचेच, महाविद्यालयीन शिक्षण संपल्यानंतर 'शिकणे' थांबले होते. पण, आता आपण जीवनभर 'कार्यशास्त्र' विषयाचे विद्यार्थी बनून राहणे ही नव्या वास्तवाची गरज आहे. या प्रकरणामध्ये, तुम्ही तुमच्या करिअरची जीवनरेषा आखण्यासाठी निदानसाधने व शोधतंत्रे कशी वापरायची ते शिकणार आहात. तसेच या प्रकरणात तुम्हाला तुमची नेमकी 'वैशिष्ट्ये' दर्शवणारे आकृतिबंध (Patterns) सापडतील. तुम्हाला तुमच्या कार्यक्षमतेचा मूलाधार असणाऱ्या 'ट्रान्स्फरेबल' कौशल्यांचा शोध लागेल. तुम्ही स्वत: विषयी आणि आपल्या करिअरची आखणी कशी करायची हे शिकाल.

आकृतिबंधांतून व्यक्तिमत्त्व प्रकटते

सध्या तुमचे चांगले चालले असेल अथवा तुम्ही नोकऱ्या नष्ट होण्याच्या प्रक्रियेचा तडाखा बसलेले 'घायाळ' व्यावसायिक असू शकाल. तुम्ही आत्ता कोणत्याही स्थानावर असलात तरी तुम्ही तुमच्या करिअरवर दृष्टिक्षेप टाकून ते कोणते आकृतिबंध (Patterns) दर्शवते ते शोधले पाहिजे. अशा प्रकारचे आत्मपरीक्षण तुमच्यातील विशेष स्वभावगुणांचे, तुमची स्वाभाविक वैशिष्ट्ये दर्शविणारी कृती व घटना यांचे रसायन प्रकट करेल.

मी गेल्या तीस वर्षांत सुमारे ३००० विद्यार्थी, कारकून, व्यवस्थापक व संचालकांच्या मुलाखती घेतल्या आहेत. त्याव्यतिरिक्त मी कार्यपद्धतीची खासियत असणाऱ्या व सर्वसाधारण व्यवस्थापनातील २००० व्यवस्थापक, अभियंते, हिशोबनीस, औषधविक्रेते, बाजार अभ्यासक व संशोधन अधिकाऱ्यांचे करिअर जवळून अभ्यासले आहे. त्यातून एक निश्चित असा आकृतिबंध मांडता येईल.

◗ दोन्ही प्रकारांतील नव्वद टक्के लोकांचे 'स्थिर' करिअर होते. त्यांनी स्वत:च ही निवड केली होती अथवा त्यांच्या विद्यार्थिदशेपासूनच त्यांच्यासाठी ही निवड करण्यात आली होती. त्यांनी व्यवसाय क्वचितच बदलला होता; आणि त्यांना भविष्यात तो बदलण्याचीही इच्छा नव्हती. त्यांना सुरक्षिततेची, जीवनभराच्या नोकरीची तीव्र आस होती. एकदा का त्यांना ती मिळाली की ते तिला चिकटून राहणार होते. त्यातूनच आणखी काही मिळावे इतकीच त्यांची आकांक्षा होती. त्यांच्या करिअरचा आकृतिबंध 'स्थिर' (Steady) होता.

◗ पाच टक्के लोक संस्थात्मक शिडी चढले होते. त्यांनी केवळ प्रगती साधण्यासाठी नोकऱ्या बदलल्या होत्या. त्यांना प्रेरणादायी असणारे घटक होते प्रतिष्ठा, भौतिक यश, सत्ता व कर्तृत्व. त्यांची भविष्यातली वाटचालसुद्धा वरच्या दिशेने जाणारी होती. त्यांनी जीवनात बऱ्याच लवकर 'निवड' केली होती. या आकृतिबंधाला 'लंब' (Vertical) म्हणता येईल.

◗ पाच टक्के लोकांनी वैविध्य व व्यक्तिगत विकासासाठी दर पाच ते सात वर्षांनी नोकरी बदलली होती. त्यांच्या दृष्टीने स्तरांना काही महत्त्व नव्हते. त्यांनी किती वेळा नोकरी बदलली व ती बदलण्यामागे काय कारणे होती, यावरून हे लोक 'जॉब हॉपर्स' या वर्गवारीत मोडले गेले. हे लोक हवे होते किंवा नको होते ही गोष्ट संबंधित संस्थांची गरज व त्यांची वार्षिक उलाढाल यांवर अवलंबून होती. त्यांनी निवड सजगपणे केली नव्हती. हा आकृतिबंध 'चक्रीय व क्षितीजसमांतर' (Cyclical and horizontal) म्हणता येईल. एकेकाळी ही गोष्ट तिरस्करणीय मानली जात असे पण आजच्या जगात, जर 'जॉब हॉपर' प्रत्येक नोकरी बदलण्याचा निर्णय सजगपणे, आणि त्यामुळे बहुसंख्य लोकांवर काय आनुषंगिक परिणाम घडेल याचा विचार न करता घेत असेल, तरी तो स्वीकारार्ह मार्ग मानला जातो. तो अशा 'उड्या' मारण्याच्या निर्णयाची जबाबदारी त्यातील असुरक्षिततेसह स्वीकारतो; तो 'प्रवाहपतित' नसतो.

◗ यातील सर्वस्वी निराळा आकृतिबंध म्हणजे उद्योजकीय वर्ग. अशी व्यक्ती आपल्या आवडीचा उद्योग स्वत: सुरू करते आणि तो उद्योग भरभराटीला नेते. तो उद्योगाची दिशा बदलू शकतो, पण निर्मिती त्याची स्वत:ची असते.

आपण यांपैकी कोणत्या आकृतिबंधात मोडतो हे ओळखणे हा फक्त आरंभ आहे; आत्म-ज्ञानासाठी आणखी खोलात शिरावे लागेल. तुमच्या हातात अनेक निदान-साधने असतात.

स्वॉट (SWOT) अभ्यासपद्धती

अमेरिकेतील मॅसॅच्युसेटस् येथील 'बोस्टन कन्सल्टिंग ग्रुप' ने विकसित केलेली 'स्वॉट' (SWOT) पद्धती १९९०च्या दशकाच्या प्रारंभापासून संस्थांच्या

धोरणात्मक नियोजनासाठी वापरली जात आहे. कंपनीमध्ये कोणत्या बाबी यशस्वी ठरतात हे शोधण्यासाठी ही पद्धती तयार करण्यात आली आहे. या पद्धतीने संस्थेचे अंतर्गत सामर्थ्य व कमजोरी यांचा सूक्ष्म अभ्यास करण्यास भाग पाडले, त्या जोडीने बाह्य वातावरणातील संधींच्या बारकाईने अभ्यास करण्याने कामगिरीत सुधारणा घडवण्याची क्षेत्रे शोधण्यास साहाय्य झाले. संस्थांनी 'स्वॉट' पद्धती वापरून स्पर्धक संस्थांचा माहिती-आराखडा सुद्धा (Profile) काढला.

'स्वॉट' अभ्यासपद्धती एखाद्या व्यक्तीचा करिअरमार्ग ठरवण्यातही अत्यंत उपयुक्त साधन बनू शकते. नोकऱ्यांच्या बाजारपेठेतील 'पॅराडाईम शिफ्ट' ला तोंड देण्यासाठी तुमच्यासमोर स्वत:विषयीचा विश्वासार्ह 'डाटा' असण्याची गरज आहे. तुम्ही स्वत:ला 'संसाधन' समजा आणि बाजारपेठेच्या काय गरजा आहेत ते शोधा. 'स्वॉट' अभ्यासपद्धती ही तुम्हाला 'संसाधन' बनवण्याच्या अनेक उपलब्ध साधनांपैकी एक साधन आहे. तुम्ही स्वत:चा व तुमच्या भोवतीच्या परिघाचा सूक्ष्म अभ्यास करण्यासाठी त्याचा किफायतशीरपणे वापर करू शकता. उदाहरणार्थ, तुम्ही संभाषणकलेत निपुण असाल, पण सादरीकरण कौशल्यात कमजोर असाल, किंवा त्याउलटही असू शकेल.

कदाचित तुम्हाला एखाद्या कंपनीकडून रंगकामाचे काम करण्याची संधी असेल, पण ही कंपनीच बंद पडायच्या अवस्थेला आली असेल. तुमचा मित्र एखाद्या सुप्रसिद्ध बहुराष्ट्रीय कंपनीसोबत जाहिरात एजन्सी सुरू करणार असेल. त्याला तुम्हाला भागीदार करून घ्यायची इच्छा असेल, पण सुस्थापित कंपन्यांच्या अतितीव्र स्पर्धेमुळे ही योजनाच बारगळण्याची भीती आहे. एखाद्या गोष्टीत पुढाकार घेऊन ती गोष्ट तडीला नेणे हे तुमचे बलस्थान असेल; पण तुम्ही भव्यदिव्य कल्पनाचित्र पाहू शकत नाही, ही तुमची कमजोरी असू शकेल. स्वत:चे आणि तुम्ही काम करत असलेल्या वातावरणाचे काटेकोर व वास्तववादी चित्र पाहण्यासाठी 'स्वॉट' साधनाचा उपयोग करा.

हे अगदी साधे-सोपे साधन आहे.

चार स्तंभ आखा, त्याला शीर्षके द्या -

बलस्थाने (Strengths), कमजोरी (Weaknesses), संधी (Opportunities), भीती (Threats)

बलस्थाने (Strengths)

या तुमच्या मूलभत क्षमता आहेत. त्या तुमच्या आसाभोवती, तुमच्या जडणघडणीच्या केंद्रबिंदूभोवती कौशल्यसंच तयार करतात. हे तुमची कौशल्ये व वृत्ती यांचे खास मिश्रण असते. तुम्ही तुमच्या बरोबरच्या लोकांमध्ये उजवे ठरता ते याच मिश्रणामुळे. हे तुमचे 'यू.एस.पी' म्हणजेच 'यूनिक सेलिंग प्रपोजिशन' असते. तुम्ही या बलस्थानांचा पुरेपूर वापर करण्यासाठी प्रयत्नांची पराकाष्ठा केली पाहिजे.

उदाहरणार्थ :

(अ) तुम्ही ग्राहकोपयोगी वस्तू बनवणाऱ्या कंपनीच्या विक्री विभागातील पाच सरव्यवस्थांपैकी एक आहात. तुमच्या कंपनीने तुलनात्मक स्वस्त असणारे, म्हणजे अगदी शेतकऱ्यांनासुद्धा परवडू शकेल असे स्वस्त जलशुद्धीकरण यंत्र बनवले आहे. सरकारने या उत्पादनावर कर सवलत जाहीर केली आहे. कंपनीला हे उत्पादन धुमधडाक्यात 'लाँच' करायचे आहे.

यासाठी मुख्य जाहिरात धोरण म्हणून मोठ्या शहरांत प्रत्यक्ष प्रदर्शन घडवण्यासाठी बैठका आयोजित करायचे ठरले आहे. तुमच्याकडे ओरिसा, पश्चिम बंगाल, मध्यप्रदेश व आंध्रप्रदेश या राज्यांची जबाबदारी सोपवण्यात आली आहे. या ठिकाणी तुम्ही बैठका घ्यायच्या आहेत. तुमच्याकडून तुमच्या क्षेत्रीय विक्री व्यवस्थापक व विक्री प्रतिनिधींना उत्पादनविक्री संदर्भात व खेड्यांच्या स्तरावर प्रवेश करून विस्तार पावण्याच्या दृष्टीने प्रशिक्षित करणे अपेक्षित आहे. वितरण व वाहतूक व्यवस्था मार्केटिंग विभागाकडून पुरविली जाणार आहे. विक्री व्यवस्थापक म्हणून तुमची आजवरची कारकीर्द प्रभावी आहे. तुमच्यापाशी प्रेरित मन, धोरणात्मक विचार-सरणी, विशिष्ट दृष्टी आणि नेतृत्वकौशल्य आहे. तुमचे उत्पादनविषयक व तांत्रिक ज्ञान दोन्ही सर्वसाधारण दर्जापेक्षा उच्च आहे.

या बहुसंख्य लोकांशी संपर्क साधण्याच्या व कार्यकारी अधिकाऱ्यांच्या गटाला प्रशिक्षण देण्याच्या कामगिरीमध्ये तुमच्या मदतीला येईल ते तुमचे संबंधित राज्यांतील स्थानिक भाषांचे ज्ञान – म्हणजे अनुक्रमे बंगाली, हिंदी, तेलगू या भाषांचे ज्ञान. हे तुमचे विलक्षण सामर्थ्य आहे. तुमची यापूर्वी भुवनेश्वर, कोलकता व विशाखापट्टणम या ठिकाणी बदली झाली होती, त्यावेळी तुम्ही या भाषा आत्मसात केल्या आहेत. विक्रीचे लक्ष्य गाठण्यासाठी व तुमच्या सहकाऱ्यांच्या पुढे जाण्यासाठी हे तुमचे 'यू. एस.पी' असेल. तुमच्यामध्ये भाषा सहजपणे आत्मसात करण्याचा गुण आहे. तुम्हाला प्रदेश बदलून जरी दिले तरी तुम्ही आणखी काही भाषांवर प्रभुत्व मिळवून पुढे जाल. या बळावर तुम्हाला दुसऱ्या एखाद्या कंपनीत उपाध्यक्षपद सुद्धा मिळू शकेल.

(ब) तुम्ही वयाच्या तेहतिसाव्या वर्षी एका अत्यंत लाभदायक बहुराष्ट्रीय कंपनीत वित्त व्यवस्थापक बनला आहात. कोषागार, हिशोब, सचिव, कायदेविषयक, मालमत्ता व्यवस्थापन, एमआयएस व इआरपी अशा वित्त विभागातील संपूर्ण कार्याच्या यशस्वी व्यवस्थापनाबद्दल तुम्ही ख्यातनाम आहात. तुमची तपशिलांविषयीची दक्षता, आर्थिक व्यवहारावरची पकड, आर्थिक प्रवाहांबाबतचे अंदाज आणि वाटाघाटी करण्याचे कौशल्य सुप्रसिद्ध आहे. इतरांनी नावाजलेले तुमचे यूएसपी म्हणजे तुमचे उत्तम अहवाल बनवणे, सादरीकरणाची शैली व गुंतागुंतीच्या आर्थिक मुद्यांवरचे उत्तम संशोधनपर प्रबंध. तुमची संचालक मंडळासमोरची उत्तुंग प्रतिमा खचितच या

कार्यक्षमतांच्या संचामुळेच निर्माण झालेली आहे.

एके दिवशी तुमचे अध्यक्ष तुम्हाला सांगतात की, ''मी आशियाई बाजरपेठांसाठी सिंगापूरमध्ये एक वित्तविषयक नियतकालिक सुरू करत असून तुमची या नियतकालिकाचे संचालक व व्यवस्थापकीय संपादक म्हणून नेमणूक करण्याचा विचार करत आहे,'' तर यात आश्चर्य कसले! तुम्ही या संधीवर उडी घेता आणि वित्तपत्रकारितेच्या सहा महिन्यांच्या अल्पकालीन अभ्यासक्रमासाठी नाव नोंदवता. या नव्या कामगिरीसाठी तुमची ही अभ्यासपूर्ण तयारी क्षमतांचा वापर करून घेण्याची तुमची बांधिलकी दर्शवते.

कमजोरी (Weaknesses)

लोकांना नेहमीच स्वत:ची कमजोरी अथवा उणिवा ओळखणे व त्या स्पष्ट सांगणे अवघड वाटते. मी अनेक मुलाखतींमध्ये पाहिले आहे की, व्यावसायिक व्यवस्थापक त्यांची एखादी कमजोरीसुद्धा सांगताना चाचरतात. आपल्यापैकी प्रत्येकाच्या सवयी, कौशल्ये, स्वभाव यांमध्ये काही कमतरता असतात आणि आपल्यात काय उणीव आहे, ते त्या माणसाइतके चांगले कुणालाच ठाऊक नसते. करिअरच्या विकासासंदर्भात आपल्यातील विशिष्ट कमजोरीची जाणीव असणे अत्यंत महत्त्वाचे असते.

आणखी एक उदाहरण घ्या :

(१) तुम्ही 'डिझाईन इंजिनिअरिंग' मधील अनुभव असलेले 'सॉफ्टवेअर ॲप्लिकेशन इंजिनिअर' आहात. तुमची व्यवसाय विकास समूहाचा सरव्यवस्थापक बनण्याची आकांक्षा आहे. तथापि, तुमच्याशी कामगिरीच्या मूल्यमापनासंबंधी झालेल्या 'संवाद बैठकी' मध्ये तुमच्या उपाध्यक्षांनी खालील निरीक्षणे नोंदवली आहेत :

अ. तुमचे तंत्रविषयक ज्ञान व त्याचा वापर उत्तम आहे.

ब. तुम्ही 'डिझायनिंग' मध्ये सर्जनशील आहात.

क. तुमचे इतरांशी परसपरसंबंध सुरळीत आहेत.

ड. तुम्हाला व्यावसायिक संधींची उत्तम जाण आहे.

तथापि, खाली नमूद केलेल्या उणिवांमुळे ते तुमचा बढतीसाठी विचार करू शकत नाहीत.

या उणिवा अशा :-

अ. तुमच्यात चिकाटी नाही.

ब. तुम्ही तुमचे लक्ष्य पूर्ण करण्यासाठी धडपड करत नाही;

क. तुम्ही दुसऱ्याचे ऐकून घेत नाही ;

ड. तुमची नवीन काही शिकण्याची फारशी इच्छा नाही ;

इ. तुम्ही नव्या गोष्टींचा प्रारंभ करण्यासाठी अथवा प्रकल्पपूर्तीसाठी पुढाकार

घेत नाही.

या उणिवांमधून चिकाटी, शिकण्याची क्षमता व आत्मप्रेरणा यांचा अभाव दिसतो. या गंभीर बाबी आहेत. सर्वप्रथम तुम्ही हे वरिष्ठांनी केलेले प्रामाणिक मूल्यमापन आहे असे म्हणून ही प्रतिक्रिया स्वीकारली पाहिजे, हा वरिष्ठांचा अहंकार आहे किंवा त्यांचे मत कलुषित असल्यामुळे असे घडले आहे असा अर्थ काढू नये. तुम्ही उत्सुक वाचक आहात. तुम्ही या विषयावरचे एखादे सर्वाधिक खपाचे पुस्तक वाचण्याची गरज आहे कारण तुम्ही पालक अथवा शिक्षक यांच्याकडून शिकण्याऐवजी, कायम वाचनातूनच शिकला आहात. हा तुमचा दुरुस्ती–मार्ग आहे. तो अनुसरा. विषयांचे संकल्पनात्मक आकलन व त्यांचे परस्परावलंबित्व समजून घेतल्यानंतर, एक वर्कबुक घ्या, त्यामधील प्रश्न सोडवा. तुमचे गुण तपासा. सुधारणा घडण्यासाठी सांगितलेल्या पद्धती व सराव अनुसरा. तुम्ही कालबद्ध योजनेनुसार हे अभ्यासक्रम पूर्ण केलेत, तर तुमच्यात नक्कीच सुधारणा घडेल. तुम्ही जे काही शिकलात ते कामामध्ये वापरलेत, तर तुम्हाला आत्मविश्वास लाभेल, काही वेगळे जाणवेल आणि तुमच्या बढतीची शक्यता वाढेल. या नव्याने आत्मसात केलेल्या क्षमतांमुळे तुम्हाला अधिक तळमळीने एखादी नवी सुरुवात करण्याची प्रेरणा लाभेल.

(२) समजा, तुम्हाला ई-कॉमर्सचे ज्ञान आहे, पण तुमच्याजवळ व्यवसाय-विकास कौशल्ये नाहीत. तुम्ही नेटवर्किंगमध्ये कमजोर आहात, तुम्हाला व्यक्तींच्या परस्परसंबंधांमध्ये सुरळीतता ठेवता येत नाही व तुमची संपर्कसंवेदनशीलता अत्यल्प आहे. तर तुम्ही एखाद्या समुपदेशकाच्या मार्गदर्शनाखाली एक वर्षाचा आत्मविकास कार्यक्रम सुरू करण्याचा गांभीर्याने विचार करण्याची गरज आहे. तुम्हाला तुमच्या कामगिरीतल्या सुधारणेवर लक्ष ठेवावे लागेल व त्याबाबत तुमचे सहकारी व वरिष्ठांच्या प्रतिक्रियाही जाणून घ्याव्या लागतील.

संधी (Opportunities)

उद्योजक व व्यवस्थापक यांच्यातील फरक स्पष्ट करणारी गोष्ट म्हणजे संधी हेरण्याची क्षमता. तुम्ही माहिती कशी गोळा करता, त्याचा तौलनिक अभ्यास कसा करता, तिचा काय अर्थ लावता, यांवर व तुमच्या निरीक्षणांवर, तुम्ही उत्पादन गरजा व सेवांची मागणी या दरम्यानची 'गॅप' ओळखण्यात किती सक्षम आहात ते ठरते. अशा प्रकारे तुम्ही इतरांसाठी 'गरज' निर्माण करू शकलात, तर त्यातून नव्या संधी खुल्या होतील.

उदाहरणार्थ-

तुम्ही बॉलपॉईंट पेनांचे उत्पादन करणाऱ्या एका कंपनीत संशोधन अभियंता

म्हणून काम करत आहात. ग्राहकांकडून आलेल्या तक्रारी तुमच्याकडे पाठवल्या जातात. तुम्ही पेनच्या डिझाईनमध्ये, आरामदायी ठरेल अशी पकड निर्माण करण्यासाठी, शाईच्या प्रवाहासंदर्भात सुधारणा घडवता. पण तुमच्या लक्षात येते की, तुमचा प्रत्येक प्रतिस्पर्धी याच संदर्भात सुधारणा घडवण्यात गर्क आहे. मात्र, तुमच्या लक्षात येते की जेल शाई सुकण्यासंदर्भातल्या तक्रारी अगदी दुर्मिळ आहेत. तुम्ही संगणक सुरू करता आणि तुमच्या लक्षात येते की, हा मुद्दा इतर कुणीच लक्षात घेतलेला नाही. मग तुम्ही सहा महिने खपून 'रिफील'च्या मुखावर बसवण्यासाठी छोटेसे टोपण तयार करून त्यायोगे शाई सुकण्याची समस्या मिटवता. समस्येकडे पाहतानाच त्यामध्ये संधी शोधण्याची तुमची क्षमता कंपनीच्या फायद्याची ठरते. कंपनी नव्या मूल्यवर्धित वैशिष्ट्यासह त्यांचे नवे उत्पादन बाजारात आणते. त्याची जाहिरात करताना हे वैशिष्ट्य आवर्जून सांगितले जाते - 'न सुकणारे लेखनसाधन'.

आपण आणखी एक उदाहरण पाहू :

तुम्ही उच्चस्तरीय ग्राहकवर्गासाठी आकर्षक लेखनसाहित्य बनवणारे छोटे उत्पादक आहात. तुमची 'ब्रँड इमेज' बनलेली आहे व तुमची उत्कृष्ट निर्यातदार म्हणून ख्याती आहे. एक उद्योजक म्हणून तुम्ही व्यापारविषयक नियतकालिके चाळत असता. वाऱ्याने पाने उलटू नयेत म्हणून तुम्ही पेपरवेट किंवा स्टेपलर अशी हाताला येईल ती वस्तू त्यावर वजन म्हणून ठेवता.

एके दिवशी तुमचे लक्ष स्वयंपाकघरात पूजा करणाऱ्या तुमच्या वृद्ध आईकडे जाते. तिच्या हातातील पोथीची पाने फडफडत असतात, ती पाने एका हाताने धरून तिचे पोथीवाचन सुरू असते.

अचानक तुमच्या मनात विचार चमकतो की, स्वयंपाकघरात पाकक्रिया पुस्तकांचा संदर्भ घेत पाकसिद्धी करणाऱ्यांनासुद्धा अशीच अडचण येत असेल किंवा 'केस लॉ'चा अभ्यास करणारे सॉलिसिटर, ग्रंथालयांत अभ्यास करणारे संशोधन शिष्यवृत्तिधारक यांनासुद्धा ही समस्या असेल. मग तुम्हाला दोन्ही टोकांना समान वजन असणारी पट्टी बनवण्याची कल्पना सुचते. तुम्ही हीच कल्पना आणखी विस्तारता आणि नऊ इंचाची, दोन्ही बाजूंना स्टीलची समान वजने असणारी पट्टी बनवता. या पट्टीमुळे पुस्तकाची पाने फडफडत नाहीत हे तुमच्या लक्षात येते. त्यानंतर तुम्ही ही पट्टी एका सुंदर चामडी आच्छादनात लपेटून, नीट बांधून, तिची भरपूर जाहिरात करता आणि जर्मनीतून ५० लाख रुपयांची निर्यात ऑर्डर मिळवता. तुम्ही गरज ओळखली आणि ती गरज पूर्ण करण्यासाठी उपयुक्त ठरणारे उत्पादन बनवण्यासाठी धडक मारली. या उत्पादनाच्या जाहिरातीद्वारे तुम्ही बाजारपेठ निर्माण केली. एक नव्या उत्पादनाचा जन्म झाला.

भीती (Threats)

तुमच्या कौशल्यसंचावर तंत्रज्ञानाचा काय परिणाम घडेल? संबंधित सांस्कृतिक रचनेमध्ये (Set-up) संपूर्णत: अस्वीकारार्ह असणाऱ्या स्वभाववृत्तींविषयी (Attitudes) जाणून घेणे हे कोणत्याही उद्योग-व्यवसायात अतिशय सयुक्तिक असते. तुमच्या व्यवसायाची दिशा कशामुळे बदलू शकेल? उदाहरणार्थ, तुमच्या उद्योगाला कोणत्या कायदेशीर बदलांचा व सरकारी नियमांचा धोका आहे?

हे उदाहरण पाहा :

अ. तुम्ही उत्तम केमिकल इंजिनिअर आहात. तुम्हाला कॉम्प्युटर डिझायनिंग इंजिनिअर म्हणून काम करण्याचा अनुभव आहे. विचार करा. तुमची कंपनी तिचा पारंपरिक रसायन उद्योग सोडून, नव्याने उदयाला येत असणाऱ्या जीवन-शास्त्रांमध्ये प्रवेश करत आहे. अनेक रसायन कंपन्या याच दिशेने वाटचाल करत आहेत, त्यामुळे तुम्ही तुमच्या कौशल्यक्षेत्रात स्वत: काही उद्योग सुरू करण्याची व या कंपन्यांकडून कामे मिळण्याची शक्यता अगदी कमी होणार आहे. तुम्ही या क्षेत्रातील ही प्रगती हा तुमची कौशल्ये निरुपयोगी ठरवणारा जबरदस्त धोका समजला पाहिजे. तुम्ही जीवन-शास्त्रांची एखादी शाखा आणि प्रगत डिझाईन इंजिनिअरिंगचा अभ्यास सुरू करण्याची गरज आहे, कारण तुम्हाला नव्या उद्योगात प्रवेश मिळवण्यासाठी तो आवश्यक ठरेल, नाहीतर तुमचा टिकाव लागणार नाही.

किंवा हे उदाहरण पाहा :

तुम्ही चार वर्षांत निर्यातगृह उभारणाऱ्या पहिल्या महिला उद्योजक आहात. तुम्ही दुग्धजन्य मिठाई युरोपमध्ये निर्यात करून ४ कोटी रुपयांचे जबरदस्त विक्री-लक्ष्य गाठले आहे. तुमची सुस्थापित 'ब्रँड इमेज' आहे. तुम्हाला इंटरनेटवरून माहिती मिळते की, युरोपीय संसदेत चर्चा सुरू असलेल्या नव्या कायद्यानुसार आशियायी देशांमधून होणाऱ्या दुग्धजन्य पदार्थांच्या आयातीवर बंदी येण्याची शक्यता आहे. ही भीती खरीखुरी आहे - तुम्ही परराष्ट्रसंबंधविषयक तज्ज्ञ, उद्योग-अभ्यासक यांची मते वाचली आहेत, तुमच्या ग्राहकांकडूनही ऐकले आहेत. तुमच्या अवघ्या अस्तित्वालाच हादरा बसला आहे. अशावेळी तुम्ही पर्याय शोधलेच पाहिजेत. त्यासाठी तुम्ही इतर देशांना निर्यात करा, उत्पादन बदला, देशी बाजारपेठेत प्रवेश करा... तुमचा व्यवसाय टिकून राहण्यासाठी जे जे काही आवश्यक असेल ते करा.

जर तुम्ही हे 'स्वॉट' मधील घटक एकत्र आणलेत, तर तुमच्यासमोर तुमचे खरेखुरे चित्र उभे राहील व त्यावरून तुम्हाला तुमच्या करिअरचा मार्ग आखता येईल. हे चित्र तुम्हाला हेच सांगेल की, तुम्ही फक्त एकाच कौशल्यसंचावर म्हणजे फक्त काही बलस्थानांवर अवलंबून राहू शकत नाही; तुम्ही एकाच कंपनीवर अथवा

एकाच उद्योगावर संपूर्णपणे अवलंबून राहू शकत नाही. तुम्ही बहुकौशल्यसंपन्न असणे आवश्यक आहे, तसेच संधींच्या शोधार्थ लक्ष केंद्रित व्हायला हवे, आधुनिक ज्ञानाशी मेळ घालण्यास, शिकण्यास सज्ज हवे आणि धोक्याची चाहूल लागते तेव्हा इतर पर्यायांचा विचार करता आला पाहिजे.

प्रतिक्रिया मिळवा

या चित्राला अधिक अर्थ देण्यासाठी तुम्ही तुमच्या 'कामगिरी सुधारणा' विषयाच्या मुलाखतीमध्ये मिळणाऱ्या प्रतिक्रिया काळजीपूर्वक ऐकायला हव्यात. बॉस तुमच्याकडे कोणत्या नजरेने पाहतो ते जाणून घेणे महत्त्वाचे आहे. त्याजोडीला, तुम्ही ग्राहक, सरकारी व मित्र यांच्याकडून मिळणाऱ्या निर्हेतुक प्रतिक्रिया सुद्धा लक्षात घ्यायला हव्यात. इतर लोक तुमच्याकडे कोणत्या दृष्टिकोनातून पाहतात ही गोष्ट तुमच्या विकासासाठी अत्यंत मौल्यवान आहे. या प्रतिक्रिया किंवा 'फीडबॅक' म्हणजे सुधारणा सुचवणारी अथवा मूल्यांकनात्मक माहिती होय. या मुद्याकडे अशा दृष्टिकोनातून पाहा. हे बॉस, सहकारी किंवा इतर कुणाचे कलुषित मत आहे अशा निष्कर्षाप्रत येऊ नका. या प्रतिक्रिया आहेत तशा स्वीकारा, त्या मनात नोंदवा. कालांतराने, तुम्हाला तुमच्या वर्तनाचा आकृतिबंध पाहता येईल आणि तो सदोष आहे, अपायकारक आहे की थेट कार्यनाशी आहे ते ठरवता येईल.

इतरांचे तुमच्याविषयीचे दृष्टिकोन सुव्यवस्थित आकृतिबंधात मांडण्यासाठी सुप्रसिद्ध 'जोहरी विन्डो' चा वापर करता येतो. ही 'विन्डो' तुम्हाला तुमच्या व्यक्तिमत्त्वातील, विविध पैलूंचे दर्शन घडवते.

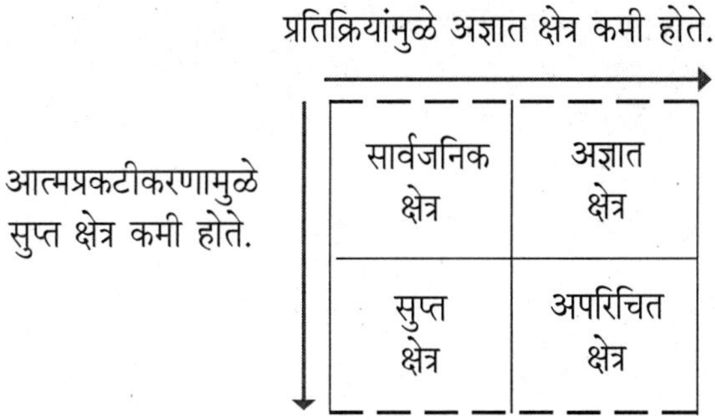

आकृती ४ : **जोहरी विन्डो**

सार्वजनिक क्षेत्रे

आपल्याला माहीत असलेले आणि ते इतरांना माहीत असलेले आपल्याला चालते असे आपले पैलू उदा. - तुम्ही चांगले प्रशिक्षक आहात, हे तुम्हाला माहीत

आहे. ही गोष्ट बाकीच्यांनाही माहीत आहे.

अज्ञात क्षेत्र

आपल्यामधील असा भाग की जो इतरांना दिसतो, पण आपल्याला दिसत नाही. आपण अज्ञानातील सुख घेत राहतो. यालाच 'Bad Breath Area' असेही म्हटले जाते. लोकांना तुमच्याविषयी वाटणाऱ्या व जाणवणाऱ्या काही गोष्टी तुम्हाला माहीत असतील. तुम्ही स्वत:लाच प्रश्न करून पाहिलात तर मनोरंजक ज्ञानप्राप्ती होईल! उदाहरणार्थ – तुम्ही इतरांना बोलू देत नाही. 'तुमचे दीर्घ संभाषण कंटाळवाणे असते' असे तुमचे सहकारी जरा सौम्यपणेच वर्णन करतात. जर तुम्ही या गोष्टी ध्यानात घेतल्या नाहीत, तर असं तुमच्या लक्षात येईल, लोक तुम्हाला टाळू लागले आहेत व काहीजण तर उद्धटपणासुद्धा करू शकतील.

सुप्त क्षेत्र

खोल अंतर्मनातील विचार व भावना, बहुधा तुम्ही कुणासमोरही व्यक्त केलेल्या नसतात. उदाहरणार्थ - तुमच्या लोकांविषयीच्या अथवा समस्यांविषयीच्या भावना अगर मनाच्या अथांग डोहातली विचारप्रकिया कुणाशी 'शेअर' करावी इतका विश्वासू जिवलग तुम्हाला लाभलेला नाही. हे विचार व भावना तुमच्याच असतात, पण त्या इतरांना माहीत नसतात.

अपरिचित क्षेत्र

हे तुमचे सामर्थ्य, तुमच्या प्रगतीचे क्षेत्र असते. तुमच्या अज्ञात व अपरिचित क्षेत्रांवर इतरांनी प्रकाश टाकण्याची गरज असते. उदाहरणार्थ : तुम्हाला स्पॅनिश भाषा येते. तुम्हाला या भाषेत उत्तम संभाषण करता येतेच, शिवाय तुम्ही त्यात आणखी लक्ष घातले तर तुम्ही या भाषेत लिहूसुद्धा शकाल, हे तुमच्या लक्षातच आलेले नाही.

'जोहरी विन्डो' तुम्हाला स्वत:विषयी किती ज्ञान आहे हे दर्शवण्याचे काम करते. तुम्हाला ज्या लोकांशी संवाद आवडतो, त्यांच्याकडून तुम्ही प्रतिक्रिया (Feedback) मिळवल्यात तर तुम्हाला तुमच्या अज्ञात व अपरिचित क्षेत्रांची जाणीव होईल. जर तुम्ही तुमच्या मनातले सुप्त विचार 'शेअर' केलेत तर तुम्ही अधिक खुले व्हाल. खरे तर, तुम्ही जितके जास्त 'शेअर' कराल, तितक्या तुम्हाला अधिकाधिक प्रतिक्रिया मिळू शकतील. मात्र, त्याच वेळी, समोरची व्यक्तीसुद्धा त्याचं सुप्त व्यवहार-जगत् तुमच्याशी 'शेअर' करेल असे नाही. हा काही परस्पर देवघेव व्यवहार असण्याची आवश्यकता नाही.

स्वत:चा माहितीसंग्रह (Databank) तयार करा

'स्वॉट' अभ्यास, कामगिरीत सुधारणाविषयक मूल्यामापन, 'जोहरी विन्डो',

सहकाऱ्यांकडून मिळालेल्या प्रतिक्रिया या सर्वांतून मिळालेल्या माहितीच्या आधारे तुम्ही स्वत:मध्येच खोलवर शिरून परीक्षण करा आणि तुमच्या करिअरचा आराखडा तयार करण्यासाठी स्वत:विषयीची वास्तविके मिळवा. तुमच्या प्राक्तनामध्ये लिहिलेले जीवनकार्य शोधून काढण्यासाठी या आत्म-वास्तविकांचा सखोल शोध घेणे आवश्यक आहे.

तुम्ही केवळ यापूर्वी मिळवलेली शैक्षणिक पात्रता अथवा नोकरीत मिळालेला अनुभव यांच्या जोरावर तुमच्या करिअरला चालना देऊ शकत नाही. त्यासाठी तुम्हाला केवळ बाजरपेठेतील स्पर्धा, उत्पादन, तंत्रज्ञान अशा बाह्य गोष्टींचे अधिक ज्ञान असून भागणार नाही, तर तुम्हाला आत्मज्ञानही असायला हवे - तुम्ही कोण आहात, काय आहात, हेही जाणून घ्यायला हवे. ज्या व्यक्तींमध्ये याबाबतची उच्च सजगता असेल, ते करिअरमध्ये घोडदौड करतील.

पूर्वी शिफारससपत्र अथवा चिठ्ठी दिली की नोकरीची हमी असायची, काही-जणांच्या बाबतीत तर बढतीसाठीसुद्धा हा हमखास मार्ग असायचा, पण आता असे चालणार नाही. कार्यजगत् अधिक वस्तुनिष्ठ व पारदर्शी बनले आहे. त्यामध्ये सर्व प्रकारच्या व्यवहारांसाठी अधिकाधिक माहितीची गरज आहे. तुम्ही संभाव्य मालकाला तुमची आजवरची कामगिरी, तुमच्या वरिष्ठांनी केलेले तुमच्या कार्यक्षमतांचे मूल्य-मापन व तुमच्या विलक्षण व्यक्तिमत्त्वातील नेतृत्वगुण, संघबांधणी, इ. गुणवैशिष्ट्ये दर्शविण्याची आवश्यकता आहे. तुम्ही जर एखाद्या नामांकित कन्सल्टन्सी फर्म-कडून त्यासंबंधित एखादे उपकंत्राट मिळवण्याचा प्रयत्न करत असाल, तर तुम्ही ते काम मिळवण्यासाठी अशी माहिती देणे गरजेचे आहे. एकविसाव्या शतकातील ज्ञानजगत् हे संपूर्णत: ज्ञानक्षेत्रातील कर्मचाऱ्यांसाठी राखीव आहे आणि जे लोक त्यांच्या ज्ञानाचे हुशारीने मार्केटिंग करू शकतात त्यांच्यासाठी तर इथे त्याहूनही अधिक स्थान आहे. तुम्हाला नोकरी हवी असो अथवा बाहेरून करून घेतल्या जाणाऱ्या कामांपैकी एखादे काम किंवा कंत्राट हवे असो, तुम्ही 'व्यक्तिमत्त्व-कर्तबगारी-कार्यक्षमता' या संदर्भात माहिती देणे आवश्यक आहे. इथे जात, शिक्षण, अनुभव आणि तुमची कुणाशी ओळख असणे ही 'पात्रता' कसलाही चमत्कार घडवणार नाही.

तुमच्या बलस्थानांचा पुरेपूर फायदा उठवण्यासाठी व संधी शोधण्यासाठी तुम्ही तुमच्या 'डाटा' (DATA) मार्फत विचार करण्याची गरज आहे.

'कोणत्या प्रकारच्या माणसांना कामावर नेमले गेले व का?' या विषयाचा अभ्यास व सूक्ष्म पृथ:करण करताना विल्यम ब्रिजेस यांनी 'डाटा' म्हणजेच DATA या इंग्रजी शब्दाद्वारे एक संकल्पना मांडली. ब्रिजेस यांनी 'क्रिएटिंग यू ॲन्ड कंपनी' नामक 'जॉब शिफ्ट' या पुस्तकाच्या उत्तरार्धामध्ये DATA चा अर्थ व उपयोग विषद केला आहे.

D-Desire = इच्छा : हा शब्द असे सूचित करतो की, या कामात रस असणाऱ्या इतर लोकांपेक्षा तुम्हाला हे काम अधिक उत्कटतेने हवे आहे. ब्रिजेसना

दिसून आले की, 'सिलीकॉन ग्राफिक्स' मध्ये तंत्रविषयक कर्मचाऱ्यांची नेमणूक त्यांच्या तांत्रिक पात्रतेवर करण्यात आलेली नाही, तर ज्या कर्मचाऱ्यांनी त्यांना हे पद हवे असल्याचे त्यांच्या कृतीतून दर्शविले होते, त्यांची नियुक्ती झाली होती.

A-Abilities = क्षमता : तुमच्या क्षमता म्हणजे तंत्रकौशल्ये नव्हेत. अर्थात यामध्ये तुमची तंत्रकौशल्ये झटपट आत्मसात करण्याची क्षमता अंतर्भूत असतेच. क्षमता म्हणजे तुमची नैपुण्यक्षमता, तुमचे कार्यातील प्रावीण्य, एखाद्या व्यक्तीच्या करिअरच्या संपूर्ण कालावधीमध्ये कार्यक्षमता नव्या रूपांत 'रिसायकल' होतात. उमेदवारांना नेहमी प्रश्न केला जातो की, त्यांनी एखादा प्रश्न कसा सोडवला? त्यासाठी त्यांनी कोणती कौशल्ये वापरली? कंपन्या नोकरीच्या इतिहासाचे तपशील विचारत बसत नाहीत, त्या उमेदवाराचे नैसर्गिक कल (Aptitudes) शोधण्याचा प्रयत्न करतात.

T-Temperament = स्वभाव : बऱ्याच कंपन्या 'सामाजिक कौशल्यां'च्या शोधात असतात. जिथे तांत्रिक प्रशिक्षण महत्त्वपूर्ण असते तिथेसुद्धा त्यांच्या लेखी ही कौशल्ये अधिक महत्त्वाची असतात. आदरातिथ्य व रुग्णालय व्यवसायांतच नव्हे तर ऊर्जानिर्मिती उद्योगात सुद्धा प्रेमळ आत्मीयतेची गरज असते. हा यशस्वी नातेसंबंध व्यवस्थापनातील पायाभूत घटक आहे.

A-Assets = बलस्थाने : तुमची बलस्थाने म्हणजे तुमची गुणवैशिष्ट्ये, अनुभव, कौशल्यक्षेत्रे व मालमत्ता या सर्वांचे मिश्रण, जे तुम्हाला इतरांच्या पुढे जाण्यासाठी लाभदायक ठरते. बलस्थाने कधीही सार्वत्रिक नसतात, पण जे कार्य करावयाचे आहे, त्याला किती मागणी आहे यावर त्या बलस्थानांचा किती फायदा होणार ते ठरते.

उदाहरणार्थ - तुम्ही धनबादहून खाणकामातील अभियांत्रिकीची पदवी मिळवली आहे. त्यानंतर तुम्ही मुंबईच्या व्हिक्टोरिया ज्युबिली टेक्निकल इन्स्टिट्यूटमधून (VJTI) इंडस्ट्रियल इंजिनिअरिंग केले आहे. सध्या तुम्ही पुण्यातील एका ग्राहकोपयोगी इलेक्ट्रॉनिक्स वस्तू बनवणाऱ्या कंपनीत कार्यव्यवस्थापक आहात. तुम्हाला तुमच्या व्ही.पी. सेल्ससोबत जावे लागणार आहे. तुमच्या कंपनीने अशुद्ध लोखंड प्रकल्पांसाठी ड्रिलिंग यंत्रांचे उत्पादन करणाऱ्या ग्राहकाच्या तक्रारीचे निवारण करण्यासाठी तुम्हाला त्यांच्यासोबत पाठवायचे ठरवले आहे. तुमचे खाणकामातील ज्ञान हे तुमचे बलस्थान ठरेल कारण तुम्हाला ग्राहकाच्या इन्टरेस्टची व आस्थेची क्षेत्रे माहीत आहेत. तुम्ही तुमच्या कंपनीच्या फायद्याच्या दृष्टीने विचार करू शकता. त्याचबरोबर तुम्हाला हिंदी व इंग्रजीखेरीज, इतर भारतीय भाषांचे ज्ञान असेल, तर ते इतर राज्यांमध्ये व्यवसाय चालवण्यासाठी व विस्तारण्यासाठी लाभदायक ठरेल.

ब्रिजेसने नमूद केले आहे, "अमेरिका नोकऱ्या कमी होण्याच्या समस्येशी इतर विकसित देशांपेक्षा अधिक थेटपणे लढा देत आहे, त्याचे एक कारण म्हणजे या

देशाची व्यक्तिश्रेष्ठत्ववादी परंपरा हे होय''

सर्जनशीलता व्यक्तिविशिष्ट असते या मताशी तुम्ही सहमत असाल. अमेरिकेत सर्जनशीलतेच्या ताज्या लाटा मुक्तपणे उसळण्यामागचे हे पायाभूत कारण आहे. हा देश माणसांना सर्जनासाठी नवी प्रोत्साहके देऊन स्वातंत्र्य देतो.

नोकऱ्या नष्ट होण्याच्या परिस्थितीवर मात करण्यासाठी व्यक्तिगत पातळीवर पाऊल पुढे टाकले पाहिजे हे सूत्र ध्यानात घेऊन, तुमचे करिअर सर्जनशीलतेने आखण्याचे काम तुम्हीच करायचे आहे; इतर कुणी ते काम करणार नाहीये. सर्जनशीलतेचा नोकरी, अनुभव अथवा वयाशी काही संबंध नसतो. लोकांना त्यांच्या नोकरीला किती वर्षे झाली आहेत त्याबद्दल अधिक माहिती असते, त्यांचा अनुभव आणि वय याबद्दल कमी ठाऊक असते. तुम्ही जर म्हणत असाल की, तुम्ही अबकारी कराशी संबंधित नोकरीत २० वर्षांच्या काळात केवळ बिले पास करण्याचे काम केले आहेत. तुम्हाला अबकारीकरविषयक, किंवा कार्यपद्धती, 'कॅव्हेटस्' या विषयी काहीही माहिती नाही. तुमचे वय कदाचित चाळीस वर्षे असेल, पण तुम्ही बावन्न वर्षाचे असल्यासारखे वागता. तुम्ही तुमचा पुन:पुन्हा उपयोगात आणता येण्याजोगा (Reusable) अनुभव आणि करिअरचा विकास घडवण्यासाठी खरेखुरे वय जाणण्याची आवश्यकता आहे.

तुमचे वय किती?

जन्मतारखेनुसार हिशोब केला तर आत्ता आशू भट्टाचार्य पन्नाशीचे आहेत. त्यांच्या देहयष्टीवरून ते पंचेचाळीस वर्षांचे दिसतात; त्यांच्या मित्रांच्या दृष्टीने ते बेचाळीस वर्षांचे आहेत; आणि कंपनीतील त्यांच्या 'स्थाना'चा विचार करता, त्यांच्याविषयीचा समाजाचा अंदाज, ते सत्तावन्न वर्षांचे असतील असा आहे. पण, त्यांचे स्वत:चे इंटरेस्टस, वैचारिक प्रक्रिया आणि त्यांची सगळ्या गोष्टींकडे पाहण्याची पद्धत यावरून आशू स्वत:ला चाळिशीत समजतात. जर त्यांची आयुर्मर्यादा ऐंशी वर्षे धरली, तर ते सहज वयाच्या पंचाहत्तरीपर्यंत काम करू शकतात. त्यांनी उर्वरित पस्तीस वर्षांचा विचार केला पाहिजे- निवृत्तीचे वय साठ वर्षे, हा पाया धरून त्यापुढील दहा वर्षे किंवा निवृत्तीनंतर आणखी पाच वर्षे काम करू व पुढे आणखी दहा वर्षे - असा फक्त पंधरा वर्षांचाच विचार करता कामा नये.

करिअरचा नकाशा आखताना, समाज काय म्हणतो, सरकार कोणते कायदे करते किंवा कंपनी काय ठरवते, हे पाहणे महत्त्वाचे नाही, तर तुम्हाला तुमचे वय किती आहे असे वाटते ते महत्त्वाचे!

आपण 'कंच हिरव्या मनाच्या' समाजातील नाही. आपल्याकडे मनाची तरुणाई दिसत नाही. मुंबईच्या शिवाजी पार्कला सकाळी फिरायला येणाऱ्या दोन माणसांमधील

संवाद बघा. सकाळी फिरत असताना, ते गेल्या सहा महिन्यांत त्यांचे मित्र सूर्यवंशी (वय ५७ वर्षे) का फिरकले नाहीत, याबद्दल आश्चर्य व्यक्त करत आहेत. ते त्यांचे कुटुंब, निवृत्तीचे वय, आधुनिक जीवनातील ताणतणाव व प्रदूषण यांबद्दल बोलतात. सूर्यवंशींचे नक्कीच निधन झाले असणार याबद्दल त्यांना खात्री आहे... वीस वर्षांपूर्वी असाच एखादा मित्रांचा गट या निष्कर्षाप्रत आला असेल की, अमकातमका पन्नास वर्षे या वयाला 'पिकले पान' अवस्थेत मरण पावला!

तुम्ही आत्ता वयाच्या कोणत्या टप्प्यावर आहात?

असे म्हणतात की, वयाच्या चाळिशीत आयुष्याचा प्रारंभ होतो. खरे तर, जीवनाचा सतत 'प्रारंभ' होत असतो आणि 'अखेर'ही होत असते. एकदा सुनील गावस्कर एका कसोटी सामन्याचे समालोचन करताना म्हणाला होता, "आदल्या दिवशीचा खेळ पुढे सुरू करणाऱ्या फलंदाजाने काल आपण किती धावसंख्या रचली हे विसरून, आत्ताच्या खेळात धावा काढण्यावर लक्ष केंद्रित करून, धावसंख्येला आकार द्यायला हवा. कारण आत्ता यानंतर सामना जिंकायचा असतो."

भूतकाळ मागे पडला. तो दुरुस्त करण्यापलीकडे गेलेला असतो. तुम्ही फक्त तुमच्या नेमक्या वयाच्या आकड्याकडे पाहू नका. तुम्ही आत्ता जीवनाच्या कोणत्या टप्प्यातून मार्गक्रमण करत आहात त्याकडे पाहा. 'न्यू पॅसेज' या आंतरराष्ट्रीय स्तरावरील सर्वाधिक खपाच्या पुस्तकात लेखिका गेल शीही यांनी नवे विचार मांडले आहेत. शीही वयाच्या निरनिराळ्या टप्प्यांना निरनिराळी नावे देतात - प्रयत्नांची विशी, खळबळत्या भावनांची तिशी, उमेदीची चाळिशी, झगझगती पन्नाशी, प्रसन्न साठी, सुज्ञ सत्तरी, खुली ऐंशी, उदात्त नव्वदी आणि उत्सवी शंभरी!

शीही यांच्या मते १८ ते ३० हा काळ 'तात्पुरती प्रौढावस्था' ४० ते ४५ हा काळ 'प्रथम प्रौढावस्था' व ४५ ते ८५ हा काळ 'द्वितीय प्रौढावस्था' असते. आशू भट्टाचार्य वयाच्या चाळिशीत (त्यांचे मानसिक वय) आहेत, म्हणजे ते 'उमेदीच्या चाळिशी' त त्यांच्या 'प्रथम प्रौढावस्थेत' आहेत.

अमेरिकेत १९९० च्या दशकामध्ये दररोज सरासरी १२००० लोकांनी चाळिशीत पाऊल ठेवले असेल, तर आपल्याकडे बहुधा नव्या सहस्रकाच्या पहिल्या दशकात दररोज ६०,००० लोक या वयोगटात प्रवेश करतील. आशूंनी ध्यानात घ्यायला हवे की, ते दाट लोकवस्तीच्या वयोगटाशी स्पर्धा करत आहेत.

त्यांनी स्वत:चे जीवन व करिअर यांचा अभ्यास करताना मानसिक वय, उत्पादनाचे वय, कंपनीचे वय व तंत्रज्ञानाचे वय यांतील संभाव्य 'वळणे' समजून घेणे गरजेचे आहे. त्यांनी आपल्या करिअरचा मार्ग ठरवताना, कंपनीचा व्यावसायिक भविष्यकाळ आणि उत्पादन विकासाचा आजवरचा आलेख या गोष्टींचा अभ्यास करायला हवा अन्यथा,

समजा हे दोन्ही बदलते घटक (Variables) नाट्यमयरीत्या बदलले तर त्यांच्या करिअरच्या योजना विस्कळीत होतील. जर एखाद्या कंपनीचे उत्पादनविषयक नवोपक्रम जबरदस्त नसतील, तर तिच्या उतरत्या वाटचालीचा वेग ओळखता येऊ शकेल आणि अखेर मृत्यूचे भाकीतही नेमकेपणाने करता येईल. जर त्या ठिकाणी तांत्रिकदृष्ट्या आधुनिकीकरण झाले नाही, तर तिथली यंत्रसामग्रीच कंपनीची अखेर करेल (मुंबईतल्या कापड गिरण्यांप्रमाणे). तुम्ही मनाने तरुण असाल, पण तुम्ही वयस्थ नाही. आशूंनी जर स्वत:ची काळजी घेतली नाही व शारीरिक वयाचा ऱ्हास रोखला नाही तर त्यांना शारीरिकदृष्ट्या लुप्त व्हावे लागेल. आशूंना त्यांच्या करिअर व्यवस्थापनासाठी वाढत्या वयाच्या या खुणांवर लक्ष ठेवावे लागेल.

शीही म्हणतात, "आपल्यापैकी बहुतेकजण त्यांच्या माता-पित्यांपेक्षा जास्त काळ जगणार आहेत ... आपण जर देहाची सतत डागडुजी व पुनर्बांधणी केली नाही, तर तो ढिला व अशक्त होईल. आपण जर मेंदूला आव्हाने देत त्याचा विकास करत राहिलो नाही, तर आयुष्य अधिकाधिक सुस्त होईल आणि त्याचा ऱ्हास होत जाईल."

आपल्या बहुंताश कर्मचारी वर्गाला अशाच सुस्ततेने ग्रासले आहे. आशूंसारखे बुद्धिमान व्यवस्थापक पुढील मार्गदर्शन मिळवण्यासाठी आणखी कसून प्रयत्न करतात. ते बुद्धिमान व्यवस्थापकांच्या सर्वोत्तम कार्यपद्धतीचे शक्य तितके अनुकरण करतात. तुम्ही विविध स्रोतांमधून मार्गदर्शन मिळवले पाहिजे, नैराश्यवादाला थारा देता कामा नये.

तुमच्या करिअरचे स्वामी तुम्हीच व्हा

आशूंना चमकदार शैक्षणिक पार्श्वभूमी आहे. त्यामुळे ते बुद्धिमानपणे विचार करू शकतात, अशी आशा करता येईल. त्यांना त्यांचे खरेखुरे वय ४० वर्षे वाटते. मग त्यांनी त्यांचे उर्वरित ३५ वर्षांचे आयुष्य-आपण जसे 'उरलेसुरले' मानतो तसे मानता कामा नये, त्यांनी हा ३५ वर्षांचा काळ एक नवी ताजी भेट मानली पाहिजे... जीवनात पुन्हा सक्रिय सहभागी होण्याची संधी! आशूंनी हे उर्वरित आयुष्य आपल्याला कुठे गुंतवायचे आहे याचा विचार केला पाहिजे. त्यांना नक्की कशाविषयी आस्था वाटते? कारण समाजाची अधिक 'आस्थेवाईक' सेवांची उत्कट मागणी आहे. त्यांनी त्यांच्या करिअरचे मानसिक 'मॉडेल' तयार करण्याची गरज आहे. त्यांनी लहान मुलांचा 'लेगो' खेळ खेळून पाहवा आणि ही 'वळणे' व घडणीचे विविध ठोकळे त्यांच्या करिअरच्या रचनेवर कसा परिणाम घडवतात ते पाहावे.

नोकरीतील असुरक्षितता लोकांच्या आर्थिक भवितव्याला धोका उत्पन्न करते. त्याहून वाईट गोष्ट म्हणजे ती स्त्री-पुरुषांचे अहंकार उद्ध्वस्त करते. लोकांना वाटते

की, आपली नोकरी गेली तर जीवनाचा अर्थच संपला. 'द अनहर्ड क्राय फॉर मीनिंग' या पुस्तकात सुप्रसिद्ध मानसोपचारतज्ज्ञ व्हिक्टर इ. फ्रँकल यांनी 'लोगोथेरपी' ची संकल्पना विषद केली आहे. लोगोथेरपी म्हणजे अर्थाद्वारे उपचारपद्धती.

फ्रँकल म्हणतात, "आज अधिकाधिक लोकांजवळ जगण्याची साधने आहेत; पण त्यांच्यापाशी जगण्याचे 'अर्थपूर्ण कारण' नाही. हे 'कारण' जीवनाचा उद्देश, जीवितध्येय व जीवनाशय यांमध्ये दडलेले आहे. तुम्ही ते शोधून काढण्याची व स्वत:ला त्याच्या पूर्ततेसाठी वाहून घेण्याची गरज आहे. ही प्रक्रिया 'अर्थ' प्रदान करते. तुम्ही या प्रक्रियेच्या विकासाची अर्थपूर्णता प्रदान करण्याची जबाबदारी संस्था अथवा नोकऱ्यांवर ढकलू शकत नाही. त्याचे स्वामित्व तुम्हालाच घ्यावे लागेल व आयुष्यभर त्याचे भरणपोषण करावे लागेल."

'इन्टेल कॉर्पोरेशन' चे अध्यक्ष व मुख्य कार्यकारी अधिकारी ॲन्डी ग्रोव्ह यांनी 'इन्डिव्हिज्युअलाईज्ड कॉर्पोरेशन' म्हणजेच 'वैयक्तिक स्वतंत्र छाप असणारी संस्था' या संकल्पनेला ठोस आकार दिला. त्यांनी त्यांच्या संस्थेतील प्रत्येक व्यक्तीला हे मुद्दे आवर्जून अंगीकारायला सांगितले आहेत :

- सर्वोत्तम बना.
- तुम्ही स्वत:साठी या व्यवसायात आहात आणि तुमच्यासारख्याच लक्षावधी लोकांशी तुमची स्पर्धा आहे.
- चढाओढीच्या स्पर्धेत कार्यक्षम राहण्यासाठी आत्म-विकासाची जबाबदारी स्वीकारा; आणि
- प्रत्येक दिवसाचे मूल्यवर्धन करा, ते केवळ वरिष्ठांकडून बोलणी खावी लागतील या भीतीने नव्हे तर, स्पर्धक संस्थांमधील अधिक कार्यक्षम ज्ञान-कर्मचारी तुमची उचलबांगडी करतील याची सदैव जाणीव ठेवून दर दिवशी मूल्यवर्धनात भर टाका.

तुम्हाला धोक्याच्या घंटा ऐकू येतायत? 'इन्फोसिस' चे नंदन निलेकानी, 'सत्यम' चे रामलिंग राजू, 'टेक्सास इन्स्ट्रुमेन्टस्'चे श्रीनी राजन, 'डॉ. रेड्डीज लॅबोरेटरीज' चे के. अंजी रेड्डी, 'जेट एअरवेज' चे नरेश गोयल, 'एनआयआयटी' चे राजेंद्र पवार, 'झी टीव्ही' चे सुभाष चन्द्रा, 'युनिलेजर'चे रॉनी स्क्रूवाला असे आपले मध्यमवर्गीय, नव्या दमाचे उद्योजक व असे हजारो उद्योजक त्यांचे सॉफ्टवेअर इंजिनिअर्स, व्यवस्थापक व तंत्रकुशल व्यक्तींना करिअरचा विकास घडवणे, त्याची 'मालकी' स्वीकारणे भाग पाडतील. यातील तात्पर्य स्पष्ट आहे. तुमचे कालक्रमानुसार वय कितीही असले तरी, तुमच्या करिअरचा गांभीर्याने आढावा घ्या आणि त्याचा ताबा घ्या.

अनुभवाची जीवनरेषा आखा

एक फुलस्केप कागद घ्या. तुमचे आयुष्य दर्शवणारी एक रेषा काढा. ही रेषा सरळ असू शकेल अथवा नागमोडी. या रेषेवर तुम्ही आत्ता कुठे आहात, ते दर्शविणारा बिंदू काढा. आजच्या दिवसापासून मागे वळा, आठवणींच्या प्रदेशात जिथवर मागे जाता येईल तितके जा आणि तुमच्या आयुष्यातील ठळक महत्त्वाच्या घटना लिहा. तुम्हाला शक्य असेल तर त्या घटनांच्या नोंदीशेजारी तारीख अथवा वर्ष लिहा. ही वर्षे लिहिताना मध्ये थोडी जागा सोडा, म्हणजे नंतर काही घटना आठवल्या तर त्या लिहिता येतील. आता तुम्ही तुमच्या अनुभवावरून शिकणार आहात. तुमच्या 'सर्वोच्च' अनुभवांना '+' व 'तळा'च्या अनुभवांना '-' अशा खुणा करा. तुम्ही कुठे धोके पत्करलेत (Risks-R), तुमच्या पसंतीच्या घटना केव्हा घडल्या (Choice-C), किंवा कुठे तुमच्या पसंतीविरुद्ध प्रसंग घडले (Not of your choice -NC) आणि तुम्ही या अनुभवातून काय शिकलात (Learnt-L), त्या ठिकाणी खुणा करा. आता हे अनुभव व घटना सुखद, आनंददायी (Enjoyable-E) होते की तणावपूर्ण दु:खाचे (Stressful-S) त्यानुसार त्या त्या ठिकाणी खुणा करा.

आता आणखी एक कागद घ्या. मग स्वत:लाच या प्रत्येक घटनेविषयी काही शोधक प्रश्न विचारा व या प्रश्नांची उत्तरे लिहा. उदाहरणार्थ, एखादी घटना व त्यामुळे मिळालेला अनुभव फायदेशीर होता की ऊर्जेचा ऱ्हास करणारा होता? त्याचे तुम्हाला आश्चर्य वाटते का? तुम्ही चाळिशीचे आहात. एके दिवशी तुमचा जिवलग मित्र तुमच्या घरी येतो. त्याचा व तुमचा २८ वर्षांचा परिचय आहे. त्याच्या तुमच्याशी अर्धा तास गप्पा होतात. तो अशा काही घटनांचा उल्लेख करतो, ज्यामध्ये त्याला तुमचा त्याच्यावर विश्वास नाही असे व्यक्त झाले आहे असे वाटत असते. तो अचानक बोलणे तोडून, तुम्हाला स्पष्टीकरण देण्याची संधीसुद्धा न देता, मैत्रीचे भावबंध तोडून, 'पुन्हा तुला कधीही भेटणार नाही' असे म्हणून ताडकन् निघून जातो. तुमचा विश्वासच बसत नाही. तुमच्या काळजाच्या ठिकऱ्या उडतात. असे सगळे चांगले, वाईट अनुभव नोंदवा. एखाद्या मालमत्तेच्या विक्रीतून अनपेक्षित धनलाभ घडणे अशासाखे चांगले अनुभवही असतील.

त्यानंतर, शक्तिहीन करणाऱ्या व नीरस अनुभवांच्या घटकांचा सखोल अभ्यास करा. स्वत:ला प्रश्न करा : 'मी काय शिकलो? मी दुसऱ्या अनुभवातून पार पडताना पहिल्या अनुभवात मिळालेल्या ज्ञानाचा वापर केला का? मी धोके पत्करले का आणि फलनिष्पत्ती काय घडली?'

त्यानंतर तुम्ही तुम्हाला उल्हसित करणारे व कंटाळवाणे असे दोन्ही अनुभव नोंदवा. काही घटनांनी तुमच्या जीवनात आनंद फुलवला असेल, काही घटनांनी

दु:खाचा झाकोळ आणला असेल, तर काही घटनांनी संमिश्र जाणीव दिली असेल किंवा चक्क काही घटनांनी मन:स्थिती गोंधळून गेली असेल. ज्या अनुभवांनी तुम्हाला आनंद दिला ते 'शिखर' (Peak) अनुभव आणि ज्या अनुभवांनी तुम्हाला शीण जाणवतो ते 'रसातळाचे' (Valley) अनुभव होत.

आता या अनुभवांची तुलना करा व तुमच्या जीवनाशयावर एक लहानसा परिच्छेद लिहा. तुमच्या जीवनाच्या आकृतिबंधांत (Patterns) काही बदल असतील तर ते काळजीपूर्वक नोंदवा. तसेच, तुमच्या जीवनातील अपूर्ण गोष्ट सुद्धा लिहा. या परीक्षणामुळे तुम्ही तुमचे जीवन कसे व्यतीत केले आहे ते समजेल, म्हणजे, तुम्ही जीवनातील आजवरची वर्षे कशी घालवली आहेत, ते कळेल.

तुम्ही तुमच्या जीवनाचे पाच-पाच वर्षांचे टप्पे आखलेत (असे ७,१०अथवा १२ वर्षांचे टप्पेही आखता येऊ शकतील) ... म्हणजे २०ते २५वर्षे, २५ते ३० वर्षे असे, तर तुम्हाला दिसेल की जीवनाचा आशय बदलतो - तुमचे व्यावसायिक करिअर ते कौटुंबिक जबाबदाऱ्या, पुढील शिक्षण, नातेसंबंधातील समस्या, घटस्फोट, नोकरी जाणे, मालमत्ता विक्री, माता-पित्यांचे आजारपण, नोकरीतल्या अतिरिक्त जबाबदाऱ्या अथवा बढती, परदेशी नेमणूक, व्यवसायाच्या निमित्ताने सततचा प्रवास, पैशाचा ओघ येणे अथवा जाणे, आणि असेच... अशा प्रकारे विषयांची मांडणी करण्याने तुम्हाला जीवनातील अपूर्ण गोष्ट शोधण्यास सहाय्य होते. यामुळे तुम्हाला तुमच्या इच्छा-आकांक्षा ओळखणे शक्य होईल व त्यासाठी कसे सज्ज व्हायचे ते समजेल.

तुमच्या वेळेच्या विनियोगाकडे लक्ष द्या

तुम्ही प्रत्यक्षात तुमचा वेळ कसा घालवता त्याचे ठराविक भाग करून पाहणे गरजेचे आहे. एखादा पंधरवडा निवडा. तुम्ही प्रत्येक तासाला काय केलेत त्याची नोंद ठेवा. तुमचा दिवस जर सकाळी सहा वाजता सुरू होत असेल, तर सकाळी सात वाजता, तुम्ही आधीच्या तासाभरात काय काय केले त्याची नोंद करा. तुम्ही रात्री साडेअकरा वाजता झोपून सकाळी सहा वाजता उठत असाल, तर सकाळी उठल्यानंतर 'झोप' सुद्धा लिहा. रात्रीसह एका दिवसाच्या पूर्ण चोवीस तासांत तुम्ही केलेल्या गोष्टींचे तपशील नोंदवा. तुम्ही केलेल्या गोष्टी निरनिराळ्या शीर्षकांखाली नोंदवा - अंघोळ, अनपेक्षित पाहुणे, मुले, गप्पाटप्पा, क्लब, घरापासून ते कामाच्या ठिकाणापर्यंतचा नित्य प्रवास, स्वयंपाक, भोजन, घरकाम, फुरसतीचा काळ, रात्रीचे भोजन, ध्यानधारणा, चित्रपट, आईवडील, खेळ, पूजा, बाजारहाट, झोप, जोडीदार, टीव्ही, नातेवाईक-मित्रपरिवार यांच्याकडे जाणे, पायी फेरफटका, योग, इन्टरनेट सर्फिंग, काम (उपशीर्षके - बैठका, संगणक, कागदोपत्री काम, फोनवर बोलणे, ग्राहक भेटी, सादरीकरणे) वगैरे वगैरे ...

जर तुम्ही अशा प्रकारे पंधवड्याची नोंदवही ठेवली तर, तुम्हाला आपला बहुतेकसा वेळ कुठल्या कामात जातो, ते सुस्पष्टपणे कळेल. तुमच्या आत्ताच्या जीवनातील भूमिकेत - समजा तुम्ही तिशीत आहात - तुमच्या जीवनातील घडामोडी तुमच्या चाळिशीतल्या मित्राच्या जीवनापेक्षा निराळ्या असतील. नोकरी करणाऱ्या स्त्रियांच्या वेळविनियोगाचा तक्ता विशिष्ट घडामोडींचा समुच्चय दर्शवतो.

तुम्ही या सर्व नोंदवलेल्या कार्यांचे आणखी पृथक्करण करून, तुम्हाला काय आवडते व काय आवडत नाही, काय महत्त्वाचे आहे व काय बिनमहत्त्वाचे आहे, तुम्हाला कशाचा मोबदला मिळतो व काय मोफत आहे, कशामुळे तुमची मानसिक सुरक्षितता, मालकीच्या वस्तू, आत्मसन्मान व वास्तविक परमोच्च उन्नतीच्या गरजा यांची वृद्धी कशामुळे घडते, हे मुद्दे समजू शकतील. तुम्ही विशिष्ट गोष्टी करण्यात प्रत्यक्ष व्यतीत केलेला वेळ, एका अर्थाने, तुम्ही त्या गोष्टींमधून शिकलेली कौशल्ये दर्शवतो. इतरत्र वापरता येऊ शकतील अशी कौशल्ये म्हणजे 'ट्रान्स्फरेबल स्किल्स' होत. तुम्ही तुमची 'ट्रान्स्फरेबल स्किल्स' म्हणजेच निरनिराळ्या कामांत उपयोगात आणता येऊ शकतील अशी मूलभूत अंगभूते कौशल्ये कोणती आहेत, ते शोधून काढणे आवश्यक आहे.

तुमचे सर्वांत मौल्यवान बलस्थान - 'ट्रान्स्फरेबल स्किल्स'

तुम्ही माहिती (DATA), निरनिराळ्या बाबी (THINGS) आणि कल्पना (IDEAS) या मूलभूत घटकांच्या बाबतीत प्रत्यक्ष जे काही करता, त्याची यादी करून तुम्हाला स्वत: मधील 'ट्रान्स्फरेबल स्किल्स' म्हणजेच निरनिराळ्या कामांत उपयोगात आणता येऊ शकतील अशी मूलभूत अंगभूत कौशल्ये जाणून घ्यायची आहेत.

माहिती (DATA) = गणन, संकलन, खर्डा तयार करणे, नोंद, पृथ:क्करण, मूल्यमापन, वस्तुस्थिती व आकड्यांचा मेळ घालणे अशी नित्याची कामे करणे काही लोकांना आवडते. ही माणसे स्वभावत: कारकुनी कामांसाठी, जमाखर्च ठेवणे अथवा ग्रंथपाल म्हणून काम करण्यासाठी सुयोय असतात. समजा, तुम्ही इंजिनिअर आहात व तुम्हाला 'डिझाईन डाटा' ठेवणे आवडते तर तुम्ही 'इंजिनिअरिंग कारकून' आहात -अर्थात तुम्ही फक्त 'डाटा' ठेवणे एवढेच काम करत असाल तर. तुम्ही नमुन्यांचे आरेखन करणे, इंजिनिअरिंग विषयक तपशीलनोंदी, वैशिष्ट्ये, निविदा हे काम करत असाल किंवा 'साईट' वर काम करत असाल, तरा तुम्ही इंजिनिअरचे काम करत आहात असे म्हणता येईल.

निरनिराळ्या बाबी (THINGS) = चालविणे - वापरणे, दुरुस्ती - देखभाल, उभारणी, सर्व्हिसिंग, देखरेख, कौशल्याने हाताळणे - बनवणे - यांसारख्या कामांमध्ये तुम्ही रस घेत असाल तर तुम्हाला हत्यारे व यंत्रे वापरणे आवडते असे

म्हणता येईल. तुम्ही प्रत्यक्ष काम कसे घडते; बांधकाम, वाहतूक, रचना, देखभाल व 'शॉप फ्लोअर' वर 'इनपुट' चे रूपांतर 'आऊटपुट' मध्ये कसे घडते, हे पाहण्यात रस असलेली विशिष्ट दृष्टीप्राप्त व्यक्ती आहात. तुम्हाला प्रत्यक्ष कृतिद्वारे समस्यांची उकल करणे आवडते.

माणसे (PEOPLE) = साहाय्य, माहिती पुरवणे, सेवा, मार्गदर्शक सल्ला, अध्यापन, सूचना, पाठपुरावा, प्रभाव टाकणे, पर्यवेक्षण, विक्री या माध्यमांद्वारे तुम्हाला इतरांवर छाप टाकायला व इतरांचे वर्तन बदलायला, त्यांना तुमचा दृष्टिकोन पटवून देऊन, वाटाघाटी करून अखेर 'विक्री' साधणे आवडते. तुम्ही विक्री, प्रशासन, शिक्षण व सर्व प्रकारच्या सेवाउद्योगांमध्ये आरामात काम करू शकाल. तुम्ही 'जाणिवे' च्या पातळीवर काम करता.

कल्पना (IDEAS) = शब्द, प्रतीके, आकृत्या, संगीत यांच्याशी खेळणे प्रिय असते व सर्व प्रकारच्या सर्जनशील कला आवडतात. अशा व्यक्ती संकल्पनात्मक नमुने, पद्धती तयार करतात व सर्वसाधारणपणे उणिवा शोधून, त्या उणिवा दूर करण्यासाठी अपूर्व मार्ग शोधतात, अज्ञाताचा शोध घेतात व नवे संपर्कदुवे शोधतात. अशा व्यक्ती शोध, अमूर्त विचार, सर्जन, एकीकरण यांचा आनंद लुटतात व ते नव्या मार्गाने व्यक्त करतात, जणू नवी-ताजी दृष्टी देणारा नवा मार्ग दर्शवतात. 'कल्पनां' नी भारलेली माणसे दुर्मिळ असतात. अशा माणसांना मानवी कार्यकर्तृत्वाच्या सर्व क्षेत्रांत, विशेषत: संपत्तीनिर्मिती– उद्योगात प्रचंड मागणी असते.

आता तुमची कर्तबगारी नोंदवा, ज्या ज्या वेळी तुम्ही 'स्व' चा सर्वाधिक आनंद लुटला असेल अशा गोष्टी मांडा. अशा गोष्टींची खाली दिलेल्या नमुना-तक्त्यात मांडणी करा.

तक्ता २

ट्रान्स्फरेबल स्किल्स नमुना-तक्ता

अत्यंत कार्यक्षम	कार्यक्षम	कामापुरते ठीक	कमी कार्यक्षम
माहिती (DATA) विविध बाबी (THINGS) माणसे (PEOPLE) कल्पना (IDEAS)			

तुम्हाला जर वाटत असेल की, तुम्ही समस्यांची उकल करताना तुमच्यामधील

सर्वोत्तम क्षमता वापरता, आणि तुम्ही अत्यंत घाणेरड्या परिस्थितीतसुद्धा समस्या निवारणाचे सर्व घटक एकत्र जुळवून, खऱ्याखुऱ्या जीवननाट्यातील कलाकारांशी मसलती करून पूर्णपणे आनंद मिळवता, तर तुम्ही 'अत्यंत कार्यक्षम' या शीर्षकाखाली 'समस्यांची उकल करणारा' (Problem Solving) असे लिहा. काही उदाहरणेही थोडक्यात लिहा. त्याचबरोबर समजा तुम्ही रंगांसोबत सर्जनशीलपणे काम करू शकत असाल, म्हणजेच या क्षेत्रात तुम्ही 'कार्यक्षम' असाल तर तशी नोंद करा. समजा तुमच्यापाशी हत्यारांसोबत काम करण्याचे जुजबी कौशल्य असेल तर, ते 'कामापुरते ठीक' या शीर्षकाखाली लिहा आणि समजा तुम्ही परिस्थितीचा अथवा एखाद्या माणसाच्या कुवतीचा अंदाज घेण्यात कमी पडत असाल. तर हा मुद्दा 'कमी कार्यक्षम' रकान्यात लिहा.

तुम्ही 'सर्वांत कार्यक्षम' कशात आहात ते घटक - समस्यांची उकल करणे, सर्जनशील लेख, सिस्टिम डिझाईन, उपकरणांची दुरुस्ती अशांसारखे कोणतेही असू शकतील. ही तुमची 'ट्रान्स्फरेबल स्किल्स' आहेत. हीच तुमची मूलभूत कार्यक्षमता आहे. 'कार्यक्षम' या रकान्यामध्ये नोंदवलेल्या कार्यक्षमता सुद्धा थोड्या कमी दर्जाच्या असल्या तरी तीसुद्धा 'ट्रान्स्फरेबल स्किल्स' आहेत. आता तुम्हाला विविध बाबी (THINGS), माणसे (PEOPLE), माहिती (DATA) व कल्पना (IDEAS) यांच्या संदर्भात तुमची 'ट्रान्स्फरेबल स्किल्स' कोणती आहेत, ते समजले आहे.

अशा प्रकारच्या, इतर कामांतसुद्धा वापरता येऊ शकणाऱ्या कौशल्यांचा शोध ही तुमच्या करिअरच्या विकासाची गुरुकिल्ली आहे. हा शोध तुम्हाला सुयोग्य ठरणारी व्यवसाय-निवड करण्यासाठी तुम्हाला साहाय्य करेल. सध्या आयुष्याची तुमच्याकडून ज्या बहुविध भूमिका वठवण्याची अपेक्षा आहे त्यामध्ये अशी कौशल्ये वापरणे अत्यंत उपयुक्त ठरते.

तुम्ही खालील गोष्टींत 'अत्यंत कार्यक्षम' आहात असे मानूया :

अ. आकार, अवकाश, चेहरे ओळखण्यात;

ब. देहबोली, भावमुद्रा, आवाजाचे चढ-उतार यांद्वारे भावना व्यक्त करण्यात;

क. समस्यांची उकल करण्यात;

ड. अंतिम तारीख, कबूल केलेले काम पुरे करून नेऊन पोहचवणे (Deliverables) व दीर्घकालीन उद्दिष्टे यांकडे दुर्लक्ष न करता संदिग्ध परिस्थितीतून चिवटपणे मार्गक्रमण करण्यात;

इ. लेखनात;

तुम्ही अनेक कामांसाठी सुयोग्य आहात, उदाहरणार्थ :

१. खाजगी हेर

२. अभिनेता

३. उच्च व्यवस्थापन पदी : अ. प्रसारमाध्यमे व मनोरंजन

ब. सुरक्षा व्यवस्था

क. पत्रकारिता.

तुम्ही पुन:पुन्हा, कार्यक्षमतेने वापरलेली कौशल्ये विविध कामांत सहजपणे वापरता येतात. ही विशिष्ट कार्यासंबंधीची कौशल्ये (Functional Skills) तुम्हाला आर्थिक परतावा मिळवून देतात. तुम्ही एखाद्या संस्थेत अथवा स्वयंरोजगार निवडून त्यामध्ये - अशा कोणत्याही करिअरचा पाठपुरावा करा, यामध्ये तुमची ही विशिष्ट कार्यासंबंधीची, बहुविध ठिकाणी वापरता येणारी कौशल्ये म्हणजे मजबूत पाया रचणारे चिरे आहेत. अशी कौशल्ये तुमच्या मनोभूमिकेत पक्की रुजलेली असतात. ही तुमची मालमत्ता असते. ती तुमच्यासोबत एका कामावरून दुसऱ्या कामावर असा प्रवास करतात. तुम्हाला ज्या नव्या कार्याचा पाठपुरावा करायचा आहे त्याच्या गरजांनुसार तुमच्या 'ट्रान्स्फरेबल स्किल्स' ची सर्जनशील पुनर्मांडणी करणे हे तुमच्या करिअर निवडीत महत्त्वाचे ठरते.

तथापि, सर्व व्यवसायांमध्ये यशस्वितेची हमी देणारे, एकमात्र, अनमोल, सर्वसाधारण 'ट्रान्स्फरेबल स्किल' म्हणजे - त्याला मी 'शोधकौशल्य' म्हणतो. हे कौशल्य तुमच्या गोष्टी, घटना, माणसे व घडामोडी यांच्याविषयी अधिक जाणून घेण्याच्या उत्स्फूर्त, बालसुलभ औत्सुक्यावर आधारित असते. हे कौशल्य तुमच्यामध्ये एखाद्या शास्त्रज्ञासारखी चौकस वृत्ती आहे हे दर्शवते. तुम्ही एखाद्या चौकशी अधिकाऱ्याप्रमाणे, वस्तुस्थिती उघड करण्यासाठी खोलवर जाता. तुम्ही एखाद्या गुप्तहेराप्रमाणे सूत्रे, धागेदोरे, इशारे, चिन्हे वेचकपणे निवडता. तुम्ही प्रयोग करता, एखादे प्रमेय तयार करता, त्याची चाचणी घेता, मग ते स्वीकारता अथवा नाकारता. तुमची अर्थ लावण्याची क्षमता अतिशय उच्च असते. तुम्ही अंतिम निष्कर्षाप्रत धीम्या गतीने येता अथवा कधी झटकनही येता. या कौशल्याच्या वापराने उच्च शिखरावर विराजमान झालेल्यांना त्यांच्या समस्यांची उकल करता येते, फलनिष्पत्ती घडवता येते व यशप्राप्ती होते. कुशाग्र व्यवस्थापक, लष्करी व्यूहरचनातज्ज्ञ, मुरब्बी राजकारणी, ॲगाथा ख्रिस्तींसारख्या व्यक्ती, हुशार उद्योजक, नवउपक्रमशील तंत्रज्ञ अशा सर्वांमध्ये हे सर्वांत प्रभावी कौशल्य असते. मी दोन पुस्तकांसाठी एकूण २२ नेतृत्वक्षम व्यक्तींच्या मुलाखती घेतल्या, त्या सर्वांमध्ये हे कौशल्य विपुल प्रमाणात आहे. दुर्दैवाने आपल्या शिक्षणपद्धतीत हे शिकवले जात नाही. वैशिष्ट्यपूर्ण करिअर घडवायचे असेल, तर तुम्ही या कौशल्यांत पारंगत व्हायला हवे.

'व्हॉट कलर इज युवर पॅराशूट?' मध्ये रिचर्ड एन.बोलेस यांनी म्हटले आहे,

"तुम्ही तुमच्या कौशल्यांत, तुमच्या दृष्टीने त्यांचे महत्त्व व प्राधान्यक्रम यांनुसार भर घालणे अत्यंत महत्वाचे असते. जर तुम्ही ही पायरी वगळलीत तर तुम्ही नोकरी-शोधा संदर्भात आत्मघातच ओढवून घेत असता."

यामधून बोलेसना असे सुचवायचे आहे की, कसल्याही करिअर बदलासाठी अथवा करार वा कन्सल्टन्सी कामामध्ये तुमच्या अनुभवांची अथवा मूलभूत क्षमतांची त्या त्या परिस्थितीशी अनुरूप होण्याजोगी पुनर्मांडणी करणे आवश्यक असते. एखादा दुकानदार ज्याप्रमाणे झटपट खपणाऱ्या वस्तू शेल्फमध्ये अग्रभागी प्रदर्शनार्थ ठेवतो, त्याप्रमाणे तुम्हाला तुमच्या 'बायोडाटा' च्या पहिल्या पृष्ठावर कोणती क्षमता दर्शवणे आवश्यक आहे त्याचा प्राधान्यक्रम ठरवावा लागेल. ग्राहकाच्या मागण्यांच्या सूक्ष्म अभ्यासावर आधारित असणाऱ्या तुमच्या कौशल्ये / क्षमतांच्या पुनर्मांडणी संचाची 'विक्री' तुम्हाला काम मिळवून देईल. तुम्ही जर तुमच्या 'ट्रान्स्फरेबल स्किल्स' वर आधारित 'डाटा' तयार केला नाहीत व तुम्हाला काय करायचे आहे, तुम्हाला कोणत्या कामांमध्ये सर्वाधिक आनंद मिळतो त्याचा अग्रक्रम ठरवला नाहीत, तर तुम्ही कामाच्या संदर्भात आत्मघात ओढवून घेत आहात असे म्हणावे लागेल (जर नोकऱ्या उपलब्ध असतील तर नोकरीच्या संदर्भात आत्मघात!) . याचा अर्थ असा आहे की, तुम्ही काहीही शिकला नाहीत. एवढेच नव्हे तर तुम्ही इतकी मौल्यवान वर्षे तुम्हाला न आवडणाऱ्या कामात फुकट घालवत आहात. तुम्ही काहीही शिकला नाहीत व तुमच्या नशिबी 'रसातळाचे' अनुभव आहेत. तुमची शिखराच्या दिशेने वाटचाल घडत नाहीय. खरे तर, तुम्ही दुर्दैवालाच आमंत्रण देत आहात.

सर्जनशील कल्पनाचित्रनिर्मिती (Visualization), नेतृत्व, मार्गदर्शन, अनिश्चित स्वरूपाची माहिती व परिस्थितीतून मार्ग शोधणे, प्रकल्पांसाठी अर्थसाहाय्य मिळवणे किंवा परस्परपूरक कौशल्ययुक्त संच जुळवणे अशा प्रकारची जितकी उच्चतम कौशल्ये असतील तितकी तुम्हाला स्पर्धा कमी व स्वातंत्र्य जास्त असेल. कंपनीमध्येही असेच घडते. कंपनी व्यवसायाच्या मूल्यशृंखलेत जितकी उच्चतम असेल, तितकी त्यांना मक्तेदारी निर्माण करण्याच्या अवस्थेप्रत पोहोचण्याची, स्पर्धेत पुढे जाण्याची व अधिक 'मार्जिन' मिळवण्याची संधी अधिक असते.

करिअर शोध

आत्तापर्यंत दर्शविलेल्या पद्धतींनुसार तुम्ही स्वतःचे विश्लेषण केलेत की, तुम्ही स्वतःला अधिक चांगले ओळखू लागाल. तुम्ही शिकलेले अत्यावश्यक शोधतंत्र म्हणजे तुमच्या कौशल्य उणिवा नेमक्या शोधणे व मनाच्या तळात दडलेल्या काही गोष्टी, अडथळे व तक्रारी शोधून काढणे - तुमच्या आजवरच्या कामगिरीचे तुम्ही स्वतःच केलेले स्पष्ट मूल्यमापन व जाणकार माणसांकडून मिळालेल्या प्रतिक्रिया.

तुम्ही करिअरची निवड, तुमच्या सध्याच्या कामात प्रावीण्य मिळवणे, करिअरमध्ये प्रगती साधणे अथवा त्यात बदल करणे - दुसरी नोकरी शोधणे वा स्वयंरोजगार निर्माण करणे यांमध्ये तुम्ही तुमच्या उणिवा उद्दिष्टांमध्ये रूपांतरीत करू शकता.

आत्मविश्लेषणाच्या विविध आयुधांच्या साहाय्याने तुम्हाला एक विशिष्ट आकृती-बंध प्रकट झालेला पाहता येईल. हा आकृतिबंध स्वाभाविकपणे अत्यंत प्रसंगोचित असे काही प्रश्न करेल : समजा तुम्ही कल्पना व माणसे यांवर लक्ष केंद्रित करणारी व्यक्ती असाल, तर तुम्ही जिथे प्रश्नांची उकल करण्यात सर्जनशीलता आवश्यक आहे अशा नोकरीत आहात का? तुम्हाला जर सुव्यवस्थितपणा व प्रश्नांची उकल करण्यासाठी ठराविक नित्यक्रम आवडत असेल, तर तुम्ही नीटनेटक्या, पद्धतीवर विशेष लक्ष केंद्रित असणाऱ्या (System-Oriented) संस्थेत काम करत आहात का? तुमची ट्रान्स्फरेबल (कार्यात्मक) स्किल्स व तुम्ही शोधून काढलेले आंतरिक प्रतिबंध यांच्या संबंधातून सुद्धा एखादा आकृतिबंध समोर येऊ शकेल. उदाहरणार्थ, तुमचे प्रमुख कौशल्य आहे 'डाटाबँक' विकसित करणे व विश्लेषण करणे, आणि तुम्ही एकट्यानेच काम करणे पसंत करता कारण तुमची लोकांशी जुळवून घेण्याची इच्छा नसणे हा तुमचा आंतरिक प्रतिबंध असतो. आत्मविकासासाठी उद्दिष्टनिश्चिती ही पहिली पायरी आहे. हे उद्दिष्ट साध्य करण्यासाठी पुढची पायरी म्हणजे तुम्हाला तुमच्या सध्याच्या नोकरीत, करिअरमध्ये व एकूणच आयुष्यामध्ये कोणत्या गोष्टी 'अधिक वा कमी' हव्या आहेत ते शब्दबद्ध करणे. तुम्हाला कदाचित तुमच्या सध्याचा नोकरीत अधिक जनसंपर्क हवा असेल पण कागदोपत्री काम कमी असावे असे वाटत असेल, पण त्याचबरोबर, समजा तुम्हाला तुमच्या करिअरमध्ये पुढील काळात संशोधन करायचे असेल, तर तुम्हाला विद्यापीठ ग्रंथालयात अथवा तुमच्या कंपनीच्या संशोधन व विकास केंद्रात अधिक वेळ घालवायचा असेल, त्यावेळी जनसंपर्क अगदी कमी असेल. तुम्हाला तुमच्या आयुष्यातसुद्धा कदाचित अगदी कमी जनसंपर्क ठेवण्याची इच्छा असेल. जर तुमची ही निवड असेल, तर तुम्ही ते उद्दिष्ट साध्य करण्याच्या दृष्टीने तुमच्या करिअरचा आलेख आखायला हवा.

तुमच्या यशातील महत्त्वाचे आधार (Anchors)

तुमच्या करिअरच्या यशापयशाला कारणीभूत असणारा अत्यंत महत्त्वाचा आणखी एक घटक म्हणजे तुम्ही कोणत्या प्रकारच्या लोकांसोबत काम केले आहेत व तुमच्या संपर्कात आलेले लोक. ज्यांचा तुमच्यावर व तुमचा त्यांच्यावर प्रभाव पडला आहे. ही परस्पर परिणाम घडवणारी प्रक्रिया असते, अत्यंत संवेदनक्षम 'ऊर्जा आदान-प्रदान' प्रक्रिया. तुम्हाला यश लाभते ते लोकांमुळे, हे तुम्हाला ठाऊक

आहे का? त्यामुळे तुम्ही तुमच्या जीवनात प्रवेश केलेल्या पात्रांच्या भूमिका, त्यांनी तुमच्या यशस्वी वा तितक्याशा यशस्वी नसलेल्या करिअरमध्ये दिलेले योगदान अथवा केलेली हानी, या गोष्टी समजून घेणार नाही का? जीवनाच्या प्रत्येक टप्प्यावर विविध खुणा उमटलेल्या दिसतील, त्या जाणून घ्या.

तुम्हाला कार्यस्थळी, सामाजिक अथवा कौटुंबिक वर्तुळात भेटलेल्या वरिष्ठ, सहकारी, हाताखालचे लोक, नातेवाईक व मित्रांच्या नमुन्यांबद्दल तुम्ही विचार केलाच पाहिजे. तुम्ही त्यांचे वर्गीकरण केले पाहिजे. ही माणसे कशा प्रकारची होती? चौकश्या करणारी, धाकदपटशा दाखवणारी होती की अलिप्त, बळीचा बकरा बनवणारी की सांभाळ करणारी, पाठीशी उभे राहणारी, प्रेमळ प्रकारातली? तुम्ही तुमच्या जीवनातील घटनांमधील त्यांच्या उपस्थितीचा व अनुपस्थितीचा आकृतिबंध काळजीपूर्वक तपासल्याखेरीज तुम्हाला तुमच्या जीवनात तोंड द्यावे लागलेल्या परिस्थितींत त्यांच्या असण्याने वा नसण्याने घडलेला नेमका परिणाम ठरवता येणार नाही. तुम्हाला जर निराशावादी, दुःखी, खोटारडी, उदासवाणी, पराभववादी, अहंकारी, मत्सरी, पूर्वग्रहदूषित, लबाड, कामचुकार माणसेच अधिक भेटली असतील, तर तुम्ही तुमच्या परस्परसंबंधांच्या आकृतिबंधाचे सखोल विश्लेषण करायलाच हवे, नाहीतर तुम्हाला असेच आणखी काही नमुने भेटत राहतील.

तुम्ही एखाद्या कामगिरी घसरू लागलेल्या कंपनीत काम करत असाल तर तुम्ही तशाच प्रकारच्या वाढ खुंटलेल्या कंपन्यांत रुजू होण्याची शक्यता अधिक असते. तसे घडू नये यासाठी तुम्ही त्यांची कामगिरी तपासून घेण्याचे कौशल्य आत्मसात करायला हवे व तुमच्या विचारपद्धतीतील सदोष आकृतिबंधाबाबत दक्ष राहिले पाहिजे. असे दूषित आकृतिबंध तुमची विचारसरणी प्रदूषित करतात व तुमच्या निर्णयावर दुष्ट प्रभाव टाकतात. ते तुम्हाला तशाच प्रकारच्या परिस्थितीत व तशाच प्रकारच्या माणसांत नेऊन सोडतात - फक्त नावे बदलतात इतकेच. त्याचवेळी, समजा तुम्हाला जीवनाची सकारात्मक बाजू पाहणारी, सर्वसामान्यतः संतुष्ट असणारी, उत्साही, शिकायला तत्पर व पाठिंबा देणारी काही माणसे भेटली तर तुम्ही अशा लोकांना तुमच्या आयुष्यात आमंत्रित कराल. आकृतिबंध शोधण्याची क्षमता विकसित करणे ही सर्वांत महत्त्वाची क्षमता आहे, ही गोष्ट एव्हाना तुम्हाला कळली असेल.

आकृतिबंध ओळखणे हा जीवनाची गोधडी तयार करण्याचा मनोवेधक अभ्यास आहे. हा अभ्यास तुम्हाला केवळ शब्दांचे बुडबुडे, आडवळणी आत्मसंवाद व अनावश्यक संभाषणांपलीकडे नेतो. तुम्ही लबाडी ओळखून त्यावर मात करायला शिकता. तुम्ही माणसांची संस्कृती व प्रक्रिया समजून घ्यायला प्रारंभ करता. तुम्ही समेट घडवणारे, दिमाखदार व आंतरिक अभिजातता दर्शवणारे पर्याय निवडण्याची नवी क्षमता जोपासता.

केथ हरारे व एलिन डोनाह्यू यांनी त्यांच्या 'हू डू यू थिंक यू आर', या मार्गदर्शक पुस्तकात अतिशय गंभीर निरीक्षण नोंदवले आहे, "तुमचे व्यक्तिमत्त्व कदाचित तुम्हाला जीवनशैलीच्या त्याच त्या प्रकारांची पुन:पुन्हा निवड करायला लावत असेल, व्यक्तिगत नातेसंबंधांचे तेच ते नमुने दाखवत असेल, कामाच्या बाबतीत त्याच त्याच परिस्थितीमध्ये ओढून नेत असेल आणि त्याच प्रकारच्या काळज्या, आनंद किंवा दु:खांचा अनुभव देत असेल."

सध्याच्या अवस्थेत तुमच्या करिअरची प्रगती होत नसेल तर तुम्ही अनुत्पादक आकृतिबंध मोडण्याची गरज आहे. नोकऱ्यांच्या बाजारातील खळबळजनक बदलांमुळे हे काम निकडीचे बनले आहे.

श्रेष्ठत्वाची बांधिलकी

तुम्हाला हे जाणून कदाचित आश्चर्य वाटेल की, नव्वद टक्के कर्मचारी आपल्या करिअरमध्ये श्रेष्ठत्व साध्य करण्याची बांधिलकी मानत नसतात. विविध संस्थांमधील व्यवस्थापक व कर्मचारी मुख्यत्वे करिअरची प्रगती म्हणजे अधिक चांगले पद असे समीकरण मानतात - जणू एक शिक्काच! तुम्हाला उर्वरित दहा टक्क्यांमध्ये राहायचे आहे. त्यामुळेच तर तुम्ही हे पुस्तक वाचत आहात. तुम्हाला तुमच्या करिअरमध्ये श्रेष्ठत्व मिळवण्यासाठी संपूर्ण वाहून घ्यायचे आहे. आजच स्वत:शी या बांधिलकीचा करार करा. तुम्हाला तुमच्या लहरी विचारसरणीचा आकृतिबंध बदलायचा आहे. तुमच्या वेळेच्या विनियोगाचे पुन्हा विश्लेषण करा. तुम्ही करिअरच्या विकासासाठी जाणीवपूर्वक किती वेळ प्रत्यक्षात देता ते पाहा. जिथे वेळ जातो, तिकडेच लक्षही जाते. अवधान तुमच्या संपूर्ण अस्तित्वाचा आध्यात्मिक पाया व सर्वांत महत्त्वाचा कणा असलेल्या 'कुंडलिनी' मध्ये बदल घडवते. आता तुमच्या-विषयीच्या आजवर उपलब्ध नसलेल्या इतक्या सगळ्या खऱ्याखुऱ्या माहितीच्या आधारे तुम्हाला तुमचे जीवनध्येय, उद्दिष्टे, ही ध्येये तुम्हाला किती काळात साध्य करायची आहेत, तुम्ही तुमची प्रगती व यश कोणत्या मापदंडांनुसार मोजणार आहात, या गोष्टी लिहून काढणे सोपे आहे. तुमचा हा कृतिआराखडा प्रत्यक्षात उतरवण्यातील सर्वांत मोठा अडथळा असेल तुमच्या जुन्या सवयी.

सवयींचा सापळा

सवयी पटकन जाणे मुष्किलच असते. त्या आकृतिबंध तयार करतात. तुम्हाला तुमच्या करिअरशी निगडित बाबींना चालना न देणाऱ्या सवयी बदलण्याचे काम हाती घ्यावे लागेल. पुन:पुन्हा वापर न करता येणारा स्रोत म्हणजे वेळ. हा वेळ संधी हेरायला शिकणे, इंटरनेट व संगणक प्रभुत्व, माहिती संकलन व त्यातून काही

अर्थपूर्ण तयार करणे, संपर्क निर्माण करणे, समस्यांची उकल करणे, प्रवाहाची दिशा ओळखणे, स्वत:ला यशस्वी, श्रीमंत व्यावसायिक या रूपात पाहणे अशासारख्या लाभदायक सवयी लावून घेणे व त्या जोपासणे या कामी लावा. ही यादी सर्वांसाठी एकच असणार नाही. तुम्ही तुम्हाला सुयोग्य ठरेल अशी यादी बनवायला हवी. फलनिष्पत्ती घडवण्याची सवय जोपासण्याने प्रसंगोचित कार्यक्षमता निर्माण होतात. डीएम सिल्व्हिएरा यांनी 'पर्सनल ॲन्ड प्रोफेशनल ग्रोथ' या त्यांच्या उपयुक्त मार्गदर्शक पुस्तकात व्यावसायिक विकासासाठी कार्यक्षमताधारित दृष्टिकोनाची गरज व्यक्त केली आहे. ''कार्यक्षमता म्हणजे परीक्षेत उत्तीर्ण झाल्याचा शिक्का नाही. ही कमीतकमी गुणवत्तेची पातळी नव्हे, तर ती प्रामुख्याने प्रत्यक्ष अमलात आणलेल्या कारवाईचा सर्वोत्तम परिपाठ आहे.''

मास्टर ब्लास्टर

तुम्हाला तुमच्या करिअरवर प्रभुत्व मिळवायचे आहे. तुमच्या सवयी व वर्तन बदला आणि आत्मज्ञान देणाऱ्या वृत्ती रुजवण्यासाठी मुक्त व्हा. मानसोपचारतज्ज्ञ व्हिक्टर फ्रँकल म्हणतात, ''माणसापासून प्रत्येक गोष्ट काढून घेता येते, फक्त एक गोष्ट सोडून, ती म्हणजे कोणत्याही प्रकारच्या परिस्थितीत काय वृत्ती ठेवायची व कोणता मार्ग निवडायचा हे ठरवण्याचे स्वातंत्र्य''. हे काढून घेता येत नाही. या निवडी तुमच्या करिअरच्या विकासाचा मुख्य आधार असतात.

तुम्ही स्वयंअध्ययन, चिंतन व सर्वांत महत्त्वाचे म्हणजे दैनंदिन कृतींसाठी वेळ राखायला हवा. त्यानंतर तुम्ही तुमच्या दृष्टीने सर्वोत्तम असणाऱ्या कार्यसंधी निवडण्यास, विनासायास, स्वाभाविकपणे पर्याय निवड करण्यास सज्ज असाल. ही प्रक्रिया एक प्रकारचे मूल्यवर्धन आहे. तुम्ही स्वत:चेच मूल्यवर्धन करण्यासाठी, तुमच्या सध्याच्या मूल्यासंदर्भात आशावादीपणे काम करणार आहात, तुम्ही तुमच्या सामर्थ्यांच्या तरफबळाचा वापर करणार आहात. हेच आपले पुढचे प्रकरण आहे.

◆

तुमच्या सामर्थ्यांच्या तरफबळाचा वापर करा

तुम्ही तुमच्या करिअरविषयक ध्येयांचा पाठपुरावा करताना तुमच्या सामर्थ्यांच्या तरफबळाचा वापर करून घेऊ शकता, मात्र तुम्हाला ती माहीत हवीत! हे पुस्तक वाचत असताना कदाचित तुम्ही ती ओळखली असतील. तुमच्याविषयीची सर्व माहिती कागदावर अथवा संगणकावर आणण्यासाठी त्याची मदत होईल. या माहितीचा ठराविक काळाचा संदर्भ तुमच्या अंत:प्रेरणा हलवून सोडतो. याचा आढावा चिंतनास उद्युक्त करतो. मला अशी अगदी थोडी माणसे माहीत आहेत की, ती त्यांचे वय अथवा पद विचारात न घेता असा पद्धतशीर अभ्यास करतात. तुम्ही जर याआधीच्या प्रकरणांत सुचविलेली साधने वापरली असतील, तर तुम्ही स्वत:विषयी काय शोधून काढले आहे, त्यावर एक नजर टाकू या.

तुम्हाला किती माहिती आहे?

१. जीवनध्येये : तुमचे जीवितकार्य.

२. करिअर उद्दिष्टे : ताबडतोब व दीर्घकालीन.

३. करिअरचा प्रकार : तुम्ही स्वत:चा स्वत: काही उपक्रम सुरू करणार आहात (उद्योजक) की कुणासोबत काम करणार आहात (नोकरी)?

४. जोड (Dual) करिअर : तुम्ही तुमच्या जोडीदार/भागीदाराबरोबर संयुक्तरीत्या काम करण्याबाबत नेमका विचार केला आहे का?

५. स्वॉट (SWOT) : तुमचा आराखडा (Profile) कसा दिसतो? विशेषत: तुमच्या सामर्थ्यांचा?

६. जोहरी विंडो : तुम्ही खुल्या मनाची व्यक्ती आहात का? तुम्ही स्वत:विषयीच्या प्रतिक्रिया मिळवता का?

७. डाटा बँक : तुम्ही तुमच्या इच्छा-आकांक्षा, क्षमता, स्वभाव, बलस्थाने यांबाबत अधिक माहिती मिळवून तिचा संग्रह करता का?

८. वय आणि टप्पा : तुम्ही तुमचे सध्याचे वय किती मानता आणि तुम्ही

कोणत्या वयोगटात मोडता?

९. आयुष्याचा उतार : तुम्हाला उद्विग्न व कंटाळवाणे वाटते? तुम्हाला तुमची कौशल्ये कालबाह्य झाली आहेत असे वाटते का?

१०. तुमच्या करिअरची जबाबदारी स्वीकारा : तुम्ही स्वत:ला स्वत:च्या आयुष्याबाबत जबाबदार समजता का आणि तुम्हाला त्यामध्ये अर्थ शोधायचा आहे का?

११. अनुभव: तुम्ही तुमच्या जीवनाचे दर्जात्मक मूल्यमापन केले आहे का?

१२. ट्रान्स्फरेबल स्किल्स : तुमचा हा कौशल्यसंच त्यातील माहिती (Data), विविध बाबी (Things), माणसे (People), कल्पना (Ideas) या घटकांसमवेत कसा दिसतो?

१३. करिअरचे आधार : ते तुम्ही शोधले आहेत का? तुमच्या नातेसंबंधांचा पोत कसा आहे?

१४. शोध व बांधिलकी : तुम्ही अर्थपूर्ण व परिपूर्ण करिअर घडवण्यासाठी संपूर्ण बांधिल आहात का?

अशा प्रकारचे 'स्व' शी संबंधित ज्ञान आवश्यक असते कारण :-

अ. ते तुमची सजगता वाढवते. तुम्ही या साधनांच्या वापराने स्वत:लाच वस्तुनिष्ठपणे जाणून घेऊ लागता.

ब. ते तुम्हाला विकासात्मक पावले उचलण्यास साहाय्य करते.

क. मालक अथवा उद्योजक तुम्हाला काम देताना ही माहिती बघतात.

ड. तुम्ही तुमच्या करिअरसाठी सुयोग्य ठरणाऱ्या गोष्टी शोधण्याच्या मोहिमेवर असता.

इ. व्यक्ती व संस्था यांचा परस्परपूरक व अनुरूप ठरणाऱ्या बाबींचा शोध सुरू असतो.

फ. गूढार्थाने, कार्यसुद्धा कार्यक्षम माणसांकडून कार्यपूर्ती होण्यास उत्सुक असते, त्यानंतरच कार्य त्यांच्यावर कृपावर्षाव करते.

स्वत:चे 'मार्केटिंग'

नवे कार्य तुम्हाला तुमची बुद्धिमत्ता, क्षमता, विचार व प्रतिसादाच्या गतीचे खरे परिमाण अजमावण्याचे आव्हान देत आहे. हे आव्हान पेलण्यासाठी तुम्ही तुमच्या आजवर अपरिचित असणाऱ्या व्यावसायिक व हस्तकौशल्यातील सर्वोत्तम क्षमता प्रकट करण्यासाठी स्वत:ला आणखी ताणले पाहिजे. तुम्हाला अनुकूल अनुभव देण्यासाठी कार्याच्या स्वरूपात बदल झाला आहे, हे काम तुम्हाला तुमच्या विशेष स्वभावगुणांची व कौशल्यांची संपूर्ण अभिव्यक्ती करण्याची परवानगी देत आहे.

आणि नेमका हाच महत्त्वाचा मुद्दा आहे : कार्याला तुमची आवश्यकता आहे, पण तुम्ही स्पर्धात्मक जगात स्वत:चेच 'मार्केटिंग' करायला हवे. तुमच्यासारखीच सामर्थ्ये असणारे इतर ज्ञान-कर्मचारी संधी पटकावण्यासाठी निराळे मार्ग शोधतील या वस्तुस्थितीला कमी लेखू नका. कदाचित त्यांचे जबरदस्त 'मार्केटिंग त्यांना नवे काम, 'असाईनमेंट' अथवा करार मिळवून देऊ शकेल.

तुम्ही अगदी एखाद्या मोठ्या संस्थेतल्या सुरक्षित, जुन्या प्रकारच्या नोकरीत स्थानापन्न असलात तरीसुद्धा तुमच्या हितसंवर्धनासाठी तुम्हाला स्वत:चे कौशल्यपूर्ण मार्केटिंग करावे लागेल, तुम्ही करत असलेले काम, तुम्ही साध्य केलेली फलनिष्पत्ती दाखवावी लागेल. याचा अर्थ वरिष्ठांचा अहंकार कुरवाळणे असा नाही. आवश्यक बाब म्हणजे वरिष्ठ, सहकारी, हाताखालचे लोक व ग्राहक यांच्या समोर तुम्ही सजगपणे स्वत:ची प्रतिमा निर्माण करणे. हे तुमच्या व्यक्तिमत्त्वाभोवतीचे वलय कॉर्पोरेट जगताच्या मनात तुमचे स्थान बनवते, हे वलय आजूबाजूच्या वातावरणात झिरपते. तुम्ही एखादी सेवा देत असा अथवा उत्पादन विकत असा, तुमच्या समोरच्या माणसाला समाधान वाटले पाहिजे. मार्केटिंग विकास कार्यशाळेतील विक्रेत्यांना प्रशिक्षक पुन:पुन्हा सांगत असतात की, "तुम्ही उत्पादन विकू नका, आधी स्वत:ला 'विका'. " तुमच्या सामर्थ्यांच्या तरफबळाचा वापर करताना तुम्हाला तुमच्या ग्राहकांच्या मनात या प्रतिमा ठसवाव्या लागतील. 'द न्यू पोजिशिनिंग' या सुप्रसिद्ध पुस्तकात जॅक ट्राऊट व स्टीव्ह रिवकिन 'पोजिशनिंग' म्हणजेच 'स्थान निर्माण करणे' या शब्दाची व्याख्या करताना म्हणतात की, 'पोजिशनिंग' म्हणजे तुम्ही उत्पादनाच्या संदर्भात जे करता ते नसून तुम्ही तुमच्या सेवा/उत्पादनाच्या खरेदीदाराच्या मनावर जो परिणाम घडवता, ते होय. मी तुमच्या करिअरच्या संदर्भात या 'पोजिशनिंग' संकल्पनेचा उल्लेख करत आहे. प्रभावी प्रारंभ करण्याची तयारी, शिष्टाचार, पोषाख, मुलाखतींना सामोरे जाणे या संदर्भात अनेक पुस्तके उपलब्ध आहेत. या पुस्तकांतून मिळणाऱ्या 'टिप्स' अडथळे टाळण्यासाठी साहाय्य करतात. मूळ आशयाइतकीच तंत्रेही महत्त्वाची असतात. पण कार्याच्या बदलेल्या स्वरूपातील संगणकीकृत उद्योजकशील जगतात तुम्ही लोकांशी संपर्कजाळे निर्माण करणे आवश्यक आहे. उद्योजक व मालकांच्या नव्या पिढ्यांना निराळी पार्श्वभूमी आहे. ते वेगळ्या शिस्तीतून आले आहेत. त्यांची मानसिक घडण निरनिराळ्या प्रकारची असेल. तुम्हाला संधी निर्माण करण्यासाठी, एखादे काम अथवा कंत्राट मिळवण्यासाठी त्यांच्या मनोभूमिकांचा हुशारीने अभ्यास करावा लागेल.

एक उदाहरण पाहू :

तुम्ही ४३वर्षीय व्यक्ती आहात. तुम्ही पवईच्या IIT मधून इलेक्ट्रॉनिक्स मधील पदवी घेतलेली आहे. तुम्ही एका विख्यात इलेक्ट्रॉनिक्स व इलेक्ट्रिकल

लायटिंग कंपनीमध्ये यशस्वी 'डिझाईन डेव्हलपमेंट मॅनेजर' पदी कार्यरत होतात. तुम्ही संगणक वापराच्या संदर्भात काळासोबत आहात. खरे तर, 'इन्टरनेट कन्सल्टिंग मेथडॉलॉजी' च्या सक्षम वापरामुळे तुमच्या कंपनीची विक्री वाढली आहे, याचे श्रेय तुमच्या उत्तम डिझाईन्सना आहे. वीस वर्षे नोकरी केल्यानंतर आता तुम्हाला स्वेच्छा-निवृत्ती घ्यायची आहे, तथापि तुम्ही तुमच्या या पूर्वपुण्याईवर तुमच्याकडे नव्या नोकऱ्या आपणहून चालत येतील या भ्रमात राहू शकत नाही. तुम्हाला स्वत:कडेच 'यशस्वी करण्याचे उत्पादन' म्हणून पाहवे लागेल.

तुम्हाला 'इलेक्ट्रॉनिक सिस्टिम्स' डिझाईन या तुमच्या विशेष नैपुण्याच्या क्षेत्रात काही नव्याने प्रारंभ करायचा आहे. तुम्ही व्यवसायाची योजना आखली आहे. तुम्ही सर्व आघाड्यांवर कामाला प्रारंभ केला आहे, पण प्रारंभी कसला किफायतशीर हात मिळत नाहीय. काहीतरी उणीव आहे. तुम्ही 'डिझायनिंग मॉडेल्स' च्या संदर्भात 'सिस्टिम्स्'चा विचार केला आहे, पण तेच मानवी 'सिस्टिम्स' साठी वापरता येऊ शकेल, याचा तुम्ही कधी विचारही केलेला नाही. पुढे वाचा :

नेटवर्किंग - यशाचा पाया

एक गोष्ट पक्की लक्षात ठेवा, ती म्हणजे लोक तुम्हाला यशस्वी करतात. तुम्ही त्यांचा पाठिंबा कसा मिळवायचा त्याचा विचार करा. त्यानुसार रचना तयार करा व तुमच्या संगणकावर 'नेटवर्क' नामक फाईल उघडा. तुम्ही व्यावसायिक संबंधित, ग्राहक, मित्र व परिचयाच्या व्यक्तींकडून जमा केलेल्या 'व्हिजिटिंग कार्डस्' मधील माहिती या फाईलमध्ये नोंदवा. याला तुम्ही नाव, व्यवसाय, स्थळ, पत्ता, दूरध्वनी, फॅक्स, ई-मेल, वेबसाईट क्रमांक व पत्ते आणि तुम्हाला माहीत असतील तितके व्यक्तिगत तपशील- म्हणजे वय, महाविद्यालय / संस्थेचे नाव, उत्तीर्ण झाल्याचे वर्ष, कर्तृत्व, छंद, इ. अशी शीर्षके द्या. कृपया लक्षात ठेवा की, ही माहिती व्यवसाय विकासासाठी अत्यंत मौल्यवान स्त्रोत बनणार आहे. सरासरी, यातील प्रत्येक संपर्कसूत्रामध्ये तुम्हाला नऊ संपर्कसूत्रे देण्याचे सामर्थ्य आहे. म्हणजे समजा, तुमचा १०० लोकांशी संपर्क असेल, तर त्यातून ९०० संपर्कसूत्रे निर्माण होऊ शकतात, आणि हा प्रचंड स्त्रोत आहे. तुमच्या संपर्कांच्या जोडीला तुमच्या 'इलेक्ट्रानिक सिस्टिम्स डिझायनिंग'च्या व्यवसायाचा आराखडा तयार करा; कदाचित तुम्हाला लक्षणीय प्रगतीच्या दिशेने नेणाऱ्या काही कृती वा बदल सापडू शकतील. तुम्हाला असे आढळू शकेल की, समजा तुम्ही काही प्रभावी संपर्कसूत्रे एकत्र आणली तर, तुम्ही कधी विचारसुद्धा केला नसेल अशा उत्पादनाची त्यांना गरज असेल व तुमच्याजवळ ते उत्पादन बनवण्यासाठी पैसा असेल. त्यानंतर तुम्ही तुमच्या 'नेटवर्क' मधील लोकांच्या सामर्थ्याच्या सूक्ष्म अभ्यासातून शोधलेल्या,

नव्याने शोध लागलेल्या नैपुण्यक्षेत्राच्या तरफबळाचा वापर करण्यासाठी तुमच्या अवघ्या अस्तित्वाच्या माहितीची (Resume) पुनर्रचना करू शकता.

तुमचे शब्दबद्ध अस्तित्व (Resume) - चरित्रात्मक रेखाटन

तुमचे शब्दबद्ध अस्तित्व म्हणजे केवळ एखाद्या पदासाठी अर्जदाराने तयार केलेला करिअरचा संक्षिप्त परिचय व पात्रता-गुणवत्ता यांची माहिती नव्हे. हे एखाद्या व्यक्तीचे रेखाचित्र असते, 'रिझ्यूमी' नामक फाईल उघडा. त्यामध्ये तुमचे व्यक्तिगत तपशील नोंदवा, तसेच तुमचे कर्तृत्व, 'शिखर ' 'रसातळाचे' अनुभव, अत्यंत महत्त्वाच्या घटना, मूलभूत कार्यक्षमता, छंद, अभ्यासेतर गोष्टींमधील सहभाग व तुम्हाला नोंदवण्याजोगे वाटेल असे काहीही नोंदवा. त्यानंतर तुम्हाला सुयोय व्यावसायिक परिभाषेत 'रिझ्यूमी' तयार करता येईल. शब्द खूप गहन अर्थ व्यक्त करतात. तुम्ही तुमच्या नित्य ग्राहकांच्या 'भाषेत' त्यांच्याशी संवाद साधलात तर तुम्हाला लाभदायक प्रतिसाद मिळेल.

करिअरला चालना देण्याचे व्यूहरचनात्मक धोरण

तुमच्या प्रमुख कार्यक्षमतांच्या, विशेषतः तुमच्या वैयक्तिक सामर्थ्यांच्या आधारे स्वतःला चालना देण्याचे अनेक प्रभावी मार्ग आहेत. त्याचप्रमाणे तुम्हाला चालना देण्यासाठी कुणी प्रायोजक मिळवता येतो की नाही यावर तुमच्या सामर्थ्याची कसोटी लागेल. काही निवडक सामर्थ्यसंपन्न पाठिंब्यांच्या आधारे तुमची सुरुवात दणक्यात होईल. तुम्ही तुमचे वैयक्तिक 'मार्केटिंग'चे धोरण केवळ तुमची बुद्धिमत्ता व इतरांना शक्य नाही अशा कृतींभोवती आखता कामा नये, तर तुम्ही अशी चालना मिळण्यासाठी (Promotion) व्यूहरचनात्मक धोरण आखण्याची गरज आहे.

सर्वप्रथम तुम्हाला कुणाशी संपर्क साधायचा आहे ते ठरवा, तुम्ही स्वतःला कसे सादर करणार, तुमचा नवा उपक्रम व त्याची अपूर्व वैशिष्ट्ये कशी सादर करणार ते ठरवा. तुमचा ई-मेल द्वारे सर्वाधिक जलद संपर्क होऊ शकत असला, तरी पत्र सोबत नेले जाऊ शकते व प्रवासात किंवा अन्य कुठेही वाचले जाऊ शकते. पत्र हे अजूनही जवळीकीचे नाते निर्माण करणारे प्रभावी माध्यम आहे.

वैयक्तिक भेटी मोठा प्रभाव निर्माण करतात. तथापि, महत्त्वाच्या लोकांच्या भेटीच्या आगाऊ वेळा मिळवणे अतिशय कठीण असते. संयम, चिकाटी व सभ्यपणे पाठपुरावा करत राहण्याचे फळ मिळते. 'बिग बॉस' च्या मानवी 'वेबसाईट' शी सौजन्यपूर्वक व आस्थेने वागा. उदा. त्यांचे सचिव, स्वीय सहाय्यक, जनसंपर्क अधिकारी, गृहमासिकाचे संपादक आणि, कदाचित क्षुल्लक वाटतील, पण त्यांचे शिपाई किंवा ड्रायव्हर यांच्याशी संपर्क आला तरी त्यांच्याशी सुद्धा वागताना काळजी घ्या. ती सुप्रसिद्ध अथवा महत्त्वाची व्यक्ती तुमच्या परिचयाची असली

तरी सुद्धा तुम्ही त्यांच्या भेटीची वेळ ठरवून घ्या. तुम्ही त्यांना भेटायला जाल, तेव्हा या लोकांच्या मदतीने इथे प्रवेश मिळतो याचे कृपया स्मरण ठेवा. त्यांच्यापैकी काहीजण सदैव मदतीस तत्पर असणारही नाहीत, तरीसुद्धा तुम्हाला त्यांचे साहाय्य मिळवण्यासाठी प्रयत्न करावे लागतील. त्यांचे वजन मोठे असते. त्यांची तुम्हाला फक्त भेटीची वेळ ठरवून घेण्यापुरतीच गरज लागणार नसते, तर सतत पाठपुरावा करण्यासाठीही त्यांचीच मदत घ्यावी लागणार असते.

कल्पना विकसित करायला शिका

सध्याच्या काळात, फक्त आपल्या विशिष्ट कामाच्या संदर्भात जीव तोडून परिश्रमपूर्वक झिजणे पुरेसे नाही. त्याच्या जोडीने तुम्ही 'कल्पक' व्यक्ती बनले पाहिजे. तुमच्या कार्याच्या संदर्भात, अधिक मोठ्या परिघाचे चित्र नजरेसमोर आणा. उदाहरणार्थ, तुमच्या उद्योग वा इतर क्षेत्रातील सूक्ष्मस्तरावरील घडामोडी, तुमच्या क्षेत्रावर परिणाम घडवणारे धोरणात्मक निर्णय, या क्षेत्रातील माणसे, ऐरणीवर असणारे मोठे प्रश्न समजून घेण्यासाठी स्वत:च्या मानसिक कक्षा विस्तारा. यासाठी केवळ सखोल व विस्तृत वाचन पुरेसे नाही, तर तुम्ही अशा मुद्यांबाबत स्थानिक वृत्तपत्रांतून अथवा व्यावसायिक वा व्यापारविषयक नियतकालिकामध्ये लिखाण करू शकता; तुम्ही एखादी 'वेबसाईट' तयार करून त्यावर तुमच्या क्षेत्रातील कार्याच्या विविध पैलूंवर वादविवाद व चर्चा घडवू शकता; तुम्ही उद्योगाशी निगडित अथवा व्यापारी संस्थांच्या स्थानिक समूहात जाऊ शकता. तुम्ही पाहिले असेल की, बरेच यशस्वी व्यवसाय-व्यवस्थापक त्यांच्या उद्योगाचे खंदे प्रवक्ते असतात. यांमुळे त्यांना महत्त्वपूर्ण बाबींत लक्षणीय स्थान मिळते. शिवाय, यांमुळे त्यांना भव्यदिव्य चित्राच्या तुलनेत स्वत:चे स्थान जाणण्यास सतत मदत होत असते.

दुसरे उदाहरण पाहा :

तुम्ही एका सहकारी बँकेत पूर्णवेळ संचालक आहात. तुमचे वय आहे ४९ वर्षे. संचालक मंडळावर नियुक्ती होणाऱ्या तुम्ही पहिल्याच महिला अधिकारी आहात. हा सन्मान तुम्हाला वयाच्या एक्केचाळिसाव्या वर्षीच लाभला आहे. तुम्ही पुरुषांच्या बालेकिल्ल्यात त्यांच्या उंचावलेल्या भुवया पाहिल्या आहेत. तुम्ही इथे सन्मानाने टिकून राहताना सर्व अडथळे व भावनिकदृष्ट्या चीड आणणाऱ्या गोष्टींवर हुशारीने मात केली आहे.

खालील क्षेत्रांतील तुमच्या योगदानाची नोंद घेतली गेली आहे :

१. धोरणांचे सूत्रीकरण;

२. विकासासाठी व्यूहरचनात्मक आराखडा तयार करणे ;

३. ठेव वृद्धी, ई-बँकिंग, सुरक्षा व विनिमय व्यवहार, आणि क्रेडिट कार्ड प्रसार- या समित्यांच्या सदस्यपदी काम ;

४. प्रतिकूल परिस्थितीत, म्हणजे ज्यावेळी आर्थिक निर्बंधांमुळे बँकेची कोंडी होते (Credit Squeeze) किंवा बँक कर्मचाऱ्यांनी संपावर जाण्याची धमकी दिली, त्यावेळी तुम्ही व्यवहार्य वाटाघाटी केल्या आहेत ; आणि

५. संचालक मंडळ व कार्यकारी व्यवस्थापन स्तरांवर संघर्षमय परिस्थितीत व्यक्तिव्यक्तींमधील परस्परसंबंध सौहार्दपूर्ण राखण्यात व पुढे वाटचाल करण्यासाठी मूल्यवर्धित प्रस्ताव शोधून काढण्यात तुमचा वाटा आहे.

सध्या तुम्ही करिअरच्या 'तिकटी' वर उभ्या आहात. तुमचे पती निवृत्तीच्या उंबरठ्यावर आहेत. त्यांना संगीत व मानसिकदृष्ट्या अपंग प्रौढांशी संबंधित समाज-कार्यात रस आहे. तुमची एकुलती एक मुलगी विवाहानंतर फ्रान्समध्ये स्थायिक झाली आहे. तिची इच्छा आहे की, तुम्ही दोघांनीही पॅरिसमध्ये येऊन, शक्य तितका वेळ तिच्या सोबत राहावं. तथापि, अद्यापि तुमच्यात प्रचंड ऊर्जा आहे. तुम्हाला इथून पुढेही करिअरमध्ये लक्षणीय प्रगती करायला आवडेल. तुम्हाला काही चांगले प्रस्तावही आलेले आहेत. त्यांपैकी एका कामात तुम्हाला तीन वर्षांसाठी लंडनला जायची संधी आहे, म्हणजे त्यातल्या त्यात तुमच्या मुलीच्या जवळ.

तुम्ही महाविद्यालयीन जीवनात विद्यार्थी संघटनेच्या कार्यात सक्रिय सहभागी होतात. तुमचा मित्रपरिवारही खूप मोठा होता. तेव्हापासून तुमचे महिलांसाठी काहीतरी अपूर्व करण्याचे स्वप्न आहे. यासंबंधीचे विचार तुमच्या मनात उडत उडत येत असत पण, 'काहीतरी' म्हणजे काय करायचे, याबाबतच्या विचाराला ठोस आकार नव्हता. तुम्ही सहा महिन्यांची सुटी घेऊन पॅरिसला जायचे ठरवता आणि या काळात, आपण कुठून आलो आहोत, आपल्याला कुठे जायचे आहे, काय साध्य करायचे आहे? यावर चिंतन करायचे ठरवता. तुम्ही उच्च स्तरावर काम केलेले असल्यामुळे तुम्हाला पर्यायांचे मूल्यमापन करून निर्णय कसे घेतले जातात ते ठाऊक आहे. व्यूहरचनातज्ज्ञ म्हणून तुम्हाला मागे वळून पाहण्यासाठी शांती व चिंतनासाठी वेळ हवा आहे. ही सुटी घेण्याचा निर्णय घेतल्यानंतर आठवडाभरात तुम्ही 'एअर फ्रान्स' च्या विमानाने प्रयाण करता.

आठवडाभर नातवंडांसमवेत खेळल्यानंतर, एके दिवशी मुलीच्या सुंदर अभ्यासिकेत कागदावर रेघोट्या ओढत असताना तुम्ही मनात तुकड्या-तुकड्यांनी घोळत असलेल्या कल्पना कागदावर उतरवता. तुम्ही तुमच्या कॉलेजच्या दिवसांतल्या व बालपणीच्या काही घटना कागदावर लिहिता. तुमचे पती शेजारच्याच खोलीत संवादिनीच्या सुरांशी खेळत आहेत, ते अधूनमधून गप्पा मारायला डोकावत आहेत. त्यांना आयुष्यात जे करायचे होते, पण करणे शक्य झाले नाही, अशा गोष्टींबद्दल बोलत

आहेत. त्यांची असा कुठलाही पद्धतशीर अभ्यास करायची तयारी नव्हती. त्यांची महत्त्वाकांक्षा इतर आवडत्या गोष्टींकडे वळली आहे. मात्र, तुम्ही या विषयाचा ज्या पद्धतीने विचार करत आहात, त्याला त्यांचा पाठिंबा आहे.

तुम्हाला फक्त एकाच ध्येयासाठी झगडायचे नाही. यश असे एकांगी नसते, की, एकाचवेळी बरीच ध्येये पुढे ठेवल्यामुळे एक ध्येय गाठण्यात यश मिळाले नाही तर दुसऱ्या ध्येयामध्येही यश लाभणार नाही. तुम्ही तुमच्या बँकेमध्ये बहुविध ध्येये सांभाळली आहेत. तुमच्या दृष्टीने एक गोष्ट स्पष्ट होऊ लागली आहे, ती म्हणजे, तुम्हाला मळलेल्या वाटा तुडवायच्या नाहीत. आर्थिक स्थैर्याची निश्चिती झाल्यानंतर तुम्हाला उर्वरित आयुष्य नवऱ्यासारखे समाजकार्य करण्यात अथवा दूरदेशी राहून आजीबाईची भूमिका बजावण्यात घालवायचे नाहीये. तुम्हाला परदेशी नेमणूक होण्याचेही काही खास आकर्षण नाही.

तुम्हाला काहीतरी अर्थपूर्ण करायचे आहे, ज्यायोगे तुमच्या नेतृत्वक्षमतांना व बँकिंग क्षेत्रातील तुमच्या विस्तृत अनुभवाला योग्य दिशेने वाव मिळेल, तुमचे विचार सुरू आहेत : भविष्यकाळ 'प्लॅस्टिक मनी' चा आहे, क्रेडिट कार्डाचा आहे, आणि बँकेचे काम स्त्री-स्वभावाला योग्य आहे. अचानक तुमच्या मनात विचार चमकतो - फक्त स्त्रियांना ठराविक वेळ नोकरी देऊन 'क्रेडिट कार्ड एजन्सी' सुरू करणे ही योजना तुम्हाला आकाराला आणता येण्याजोगी वाटते. तुमचे नेतृत्वगुण, बँकिंग व नेटवर्किंग मधील बलस्थाने आणि महिलांसाठी काहीतरी रचनात्मक करण्याची इच्छा यांच्या जोरावर तुमच्यामध्ये आत्मविश्वास निर्माण होतो की, आपण एखादे अपूर्व उत्पादन आणि सेवा विकसित करू शकतो. यातील महत्त्वपूर्ण घटकांची जुळवाजुळव केल्यानंतर, त्याच्या मक्तेदारीविषयी तुमच्या योजना आहेत.

इतर लोकांचे तुमच्या यशात किती ठळक योगदान घडले आहे, हे तुम्ही स्वत: अनुभवले आहेत. तुमच्या मनात काही स्त्रियांची नावे येतात. त्यांच्या क्षमता पारखण्याचे महत्त्वपूर्ण कसब तुमच्या ठायी आहे. तुम्हाला आपण कार्यक्षम टीम उभारू शकतो असे वाटते. ह्या कल्पना मनात घोळत असतानाच तुम्ही ई-मेल वरून रिझर्व्ह बँकेतील लोकांशी, वित्तक्षेत्रातील तुमच्या संपर्कसूत्रांशी व विशेषत: तुमचे मित्र व सहकारी - ज्यांना त्यांच्या फावला वेळाचा सदुपयोग करायचा आहे त्यांच्याशी संवाद साधायला प्रारंभ करता. माहितीचा प्रवाह सुरू होतो तशी तुमची कल्पना सुस्पष्ट रूप धारण करू लागते.

तुम्ही तुमच्या करिअरच्या पुढच्या वाटचालीच्या शोधपथावर आहात, तुमच्या सोबत आहे तुमची बलस्थाने व मर्यादा यांची शिदोरी. तुम्ही लोकांशी बोलत असतानाच, तुमची कल्पना पुढे रेटत आहात - तिच्या SWOT बद्दल सांगून, या कल्पनेची अपूर्व वैशिष्ट्ये विशेष भर देऊन सांगत आहात, त्यांचे दृष्टिकोन जाणून

घेत आहात, त्यांचे मूल्यमापन करून, पर्याय कमी करत आहात. तुम्हाला माहीत आहे की, आत्ता आपण करत असलेली सर्वांत महत्त्वाची गोष्ट म्हणजे साहाय्य देऊ करणाऱ्यांच्या क्षमतांचे व नव्या उपक्रमात कल्पक योगदान देण्याच्या त्यांच्या सामर्थ्याचे मूल्यमापन होय. तुम्ही या संभाषणांमध्ये स्वत:च्या सामर्थ्यांच्या तरफबळाचा वापर करत आहात व तुम्ही केंद्रस्थानी असून, या आसाभोवती ते लाभदायक संघ बांधणी करू शकतात ही गोष्ट तुम्ही सर्वांच्या मनावर ठसवत आहात. यांपैकी प्रत्येकीला फळ मिळणारच आहे असे तुम्ही दर्शवत आहात. तुम्ही तुमच्या बोलण्यातून तुम्हाला RBI परवाना मिळणार आहे, अर्थसाहाय्य उपलब्ध होणार आहे, तुम्ही 'नेटवर्कड्' संघटना स्थापन करून, कार्यपद्धती व प्रक्रिया बनवणार आहात, या गोष्टी त्यांच्यापर्यंत पोहोचवल्या आहेत.

तुमचे पती, मुलगी व जावई तुमच्या सर्जनशील प्रेरणेला व तुमच्या जीवनातील अपूर्ण बाबी पूर्ण करण्याच्या दृष्टीने निवडलेल्या करिअर पर्यायाच्या बांधिलकीला प्रोत्साहक पाठिंबा देणार आहेत.

तुमच्या या कार्यक्रमातील घटक असे आहेत :

(अ) वैयक्तिक सामर्थ्यांवर संस्था उभारणे;

(ब) बँकिंग व नेटवर्किंगमधील कार्यक्षमता वापरणे ; आणि

(क) महिलांसाठी काहीतरी करणे. हे केवळ पददलित स्त्रियांसाठी समाजकार्य करणे एवढ्यापुरते मर्यादित नाही. तुम्ही कार्यक्षम महिलांचा फावला वेळ सत्कारणी लावण्याचा मार्ग शोधला आहे, ज्यायोगे या महिलांना अर्थपूर्ण करिअर घडवता येऊ शकेल.

पहिल्या उदाहरणामधला व्यवसायविकास व्यवस्थापक असो, वा दुसऱ्या उदाहरणातील बँक संचालिका असो, यातील प्रमुख आधारभूत घटक आहे 'सिस्टिम्स थिंकिंग' आणि या विचारसरणीतील निर्णायक महत्त्वाचा घटक असतो 'तरफबळाचा' वापर. मोठ्या प्रमाणावरील प्रयत्नांपेक्षा लक्षकेंद्रित कृतीने तुम्हाला अधिक मोठा टप्पा गाठता येतो. तुम्ही 'कठोर परिश्रमाने' काम करण्यापेक्षा 'हुशारीने' काम करता.

आपल्या पहिल्या उदाहरणामधल्या व्यवसायविकास व्यवस्थापकाला माहीत होते की, नेहमी २०टक्के ग्राहकांमधूनच ८० टक्के व्यवसाय मिळत असतो. त्याने त्याच्या संपर्क नेटवर्कच्या सूक्ष्म अभ्यासावरून निष्कर्ष काढला की, आपल्या उपक्रमाच्या प्रारंभी अगदी अल्प संपर्क (२० टक्के) ८० टक्के पाठिंबा देईल. आणखी अभ्यास करता त्याच्या लक्षात आले की, आपल्याजवळ अशी तीन महत्त्वाची संपर्कसूत्रे आहेत (५टक्के), की ज्यांच्या भरघोस पाठिंब्याच्या बळावर आपण अपरिचित डोहात उतरण्याचे धाडस करू शकतो.

बँक संचालिकेच्या लक्षात आले की, 'फावल्या वेळा' च्या उपलब्धतेमध्ये

'प्रचंड कार्यक्षमता' दडलेली आहे, या कार्यक्षमतेचा वापरच झालेला नाही. ही उत्पादनक्षम ऊर्जा अर्थपूर्णपणे वापर होण्याच्या प्रतीक्षेत आहे, जर तिचा योग्य वापर झाला तर संचालिकेची स्वप्नपूर्ती होईल, तीसुद्धा कमी खर्चात अधिक लाभ (Cost- Effective) अशा रीतीने!

पहिल्या उदाहरणावरून, एखाद्या व्यक्तीच्या संपर्क नेटवर्कचा पद्धतशीर अभ्यास प्रभावी प्रायोजक हेरण्यासाठी व त्या व्यक्तीच्या करिअर विकासासाठी कसा करता येऊ शकतो, ते दिसते.

दुसरे उदाहरण, उपयोगात न आणल्या गेलेल्या क्षमतांचा जीवनातील अपूर्ण बाबी साकारण्यासाठी वापर करून एखादी चमकदार कल्पना कसा आकार धारण करू शकते, ते दर्शविते.

स्वतःला मुक्त करा

आपल्या करिअरमधील अडथळ्यांच्या मुळाशी ना न सुटणाऱ्या समस्या असतात ना पाठिंबा देणारी माणसे, त्याला कारण आपले आपणच असतो. सगळे चुकत जाते ते आकलनाच्या अभावामुळे! आपण प्रत्यक्ष कार्यातील गुंतागुंतीच्या पद्धतींच्या वास्तवाचे स्वरूप जाणून घेण्यास असमर्थ ठरतो, त्याचबरोबर आपण निवडलेल्या विचारपद्धतीतील दोष जाणून घेत नाही व या दोन्हींचे सूत्र समजून घेण्यातही आपण कमी पडतो.

कठीण करिअर समस्यांबाबत निर्णय घेताना आपण 'द फिफ्थ डिसिप्लीन' या वाचनीय पुस्तकाचे लेखक पीटर सेन्गे यांच्याकडून युक्ती शिकू शकतो. तुम्ही 'उच्च तरफबळा' कडे लक्ष दिले पाहिजे. 'हाय लिव्हरेज' म्हणजेच उच्च तरफबळ ... म्हणजेच असा बदल की ज्यायोगे कमीतकमी परिश्रमात चिरस्थायी, ठळक सुधारणा घडून येईल.

'सिस्टिम्स' म्हणजेच पद्धतींच्या दृष्टिकोनातून पाहायला शिकल्यानंतर तुमच्या ध्यानात येईल की, तुमच्या करिअरमधील पेचप्रसंगांतच संधींचे भांडार आहे. तुम्हाला नोकरीविरहित अर्थव्यवस्था अथवा असहकाराने वागणारी माणसे अशांसारख्या बाह्य परिस्थितीपलीकडे जावे लागेल. तुम्ही 'एकेरी पद्धती' चा भाग आहात. मूळ समस्या आहे ती तुमच्या वैचारिक अपुरेपणाची, मात्र ही समस्या दूर करता येते. सेन्गे म्हणतात की, वस्तुतः ज्या ठिकाणी इतर लोक प्रतिक्रिया देण्यासाठी फक्त घटना व प्रेरक शक्ती बघतात, तिथे आकृतिबंध पाहणे हा 'सिस्टिम्स थिंकिंग' मध्ये तज्ज्ञता मिळवण्याचा मूलभूत मार्ग आहे.

मी यापुढे जाऊन म्हणेन की, आपल्या बहुतेकांच्या करिअरच्या मार्गक्रमणात, आपल्या नातेसंबंधांत व करिअर विकासात आकृतिबंध न पाहता येणे हा अडथळा

असतो. आपण आपली स्वत:पुरती मर्यादित विचारसरणी निर्माण करतो. पण भोवती कित्येक प्रकारची करिअर्स आहेत, विपुल पर्याय आहेत. तुम्ही फक्त तुमच्या अस्तित्व विकासाचे अंकुर शोधायला हवेत.

आदर्श व्यक्तींकडून (Role Models) शिका

जेव्हा नारायण मूर्तींनी त्यांच्या सहा सहकाऱ्यांसमवेत 'पटनी कॉम्प्युटर्स' सोडून स्वत:ची फर्म - 'इन्फोसिस' सुरू करायचा निर्णय घेतला तेव्हा त्यांनी सुरक्षित करिअर धोक्यात घालून नवी वाट शोधायचा प्रयत्न केला होता. या मार्गावर त्यांचा विश्वास होता. जेव्हा हुमायून धनराजगीर 'ग्लॅक्सो' चे व्यवस्थापकीय संचालक होते त्यावेळी त्यांनी 'झिन्टॅक' च्या विक्रीला परवानगी मिळवण्यासाठी कंपनीच्या संचालक मंडळाला राजी केले होते. त्यांनी टीम तयार केली, ही कल्पना 'विकली' आणि 'झिन्टॅक' दणक्यात बाजारात आणले. ग्लॅक्सोच्या दृष्टीने हे यशस्वी आगमन होते. रघुनाथ माशेलकरांनी 'नॅशनल केमिकल लॅबोरेटरीज, (NCL) व पुढे 'कौन्सिल ऑफ सायंटिफिक अॅन्ड इन्डस्ट्रियल रिसर्च' (CSIR) केंद्रात प्रमुख संचालकपदी काम करताना या संस्थांमध्ये व्यापारी मानसिकता रुजवली. 'नॅशनल डेअरी डेव्हलपमेंट बोर्ड' (NDDB) चे माजी अध्यक्ष वर्गीस कुरियन यांनी गुजरातमधील शेतकऱ्यांचे हितसंवर्धन, दुग्धोत्पादन व डेअरी सहकारी संस्थांच्या विकासासाठी युद्धे झेलली. 'हाऊसिंग डेव्हलपमेंट फायनान्स कॉर्पोरेशन' (HDFC) चे अध्यक्ष दीपक पारेख यांनी गृहवित्त योजनांमध्ये अद्‌भुत यश संपादन केले व हजारो मध्यमवर्गीय व कनिष्ठ स्तरातील नागरिकांना 'घर' ही गोष्ट आवाक्यात आणून दिली. यांपैकी कुणीही करिअर विकास या संकल्पनेने प्रेरित नव्हते.

या सर्व व्यावसायिक आदर्शांजवळ बाजरपेठेच्या गरजा व ग्राहक यांची सूक्ष्म जाणीव होती.

त्यांनी त्यांच्या संस्थात्मक सामर्थ्यांच्या तरफबळाच्या वापरासाठी खालील बाबी अमलात आणल्या :

अ. मापदंड मानल्या जाणाऱ्या (Benchmarked) कंपन्यांचा आदर्श ठेवून;

ब. विक्रम साराभाई, जेआरडी टाटा, जीडी बिर्ला व विन्स्टन चर्चिल अशांसारख्या प्रशंसनीय नेत्यांच्या कार्यपद्धतीची बरोबरी करून;

क. पाया घालून देणारे वडीलधारे, वरिष्ठ अथवा इतर मान्यवर पूर्वसुरी- अशांसारख्या त्यांच्या पूर्वसुरींनी घालून दिलेल्या, कसोटीवर उतरलेल्या पद्धतींमधून शिकून;

ड. सूक्ष्म निरीक्षण, अफाट वाचन व विस्तृत प्रवास - यांमुळे त्यांना विशिष्ट

दृष्टी (Vision) व आपल्या जीवितध्येयानुसार वाटचाल करण्याची बांधिलकी लाभली.

सावधगिरीचा इशारा

करिअरच्या प्रगतीसाठी तुमच्या सामर्थ्यांच्या तरफबळाचा वापर करणे म्हणजे तुमच्या गुणवैशिष्ट्यांची यादी बनवणे व ती भेटेल त्या प्रत्येकाला ऐकवणे असा अर्थ नाही. याचाच अर्थ स्वत:चीच अति-जाहिरात करायची, प्रसारमाध्यमांचे लक्ष वेधून घ्यायचे व 'महत्त्वाच्या' लोकांवर स्वत:ला लादायचे असाही नाही. स्वत:ची टिमकी वाजवणे अर्थातच आवश्यक असते; पण त्याचा अतिरेक झाला की ते त्रासदायक बनते. 'प्रमोशन' म्हणजेच जाहिरात, किंवा पुढे जाण्याचा प्रयत्न हे तुमच्या सामर्थ्यांच्या तरफबळाच्या वापराचे अत्यावश्यक आयुध आहे, पण ते नंतर! त्याआधी 'सर्जनशीलता' हा घटक महत्त्वाचा असतो आणि 'तुम्ही सर्जनशील आहात' ... हेच आपण पुढच्या प्रकरणात पाहणार आहोत.

◆

तुम्ही सर्जनशील आहात

तुमच्या पैकी प्रत्येकजण नोकरीविरहित अर्थव्यवस्थेत सुयोग्य व्यवसाय शोधण्या-इतका सर्जनशील आहे. तुम्हाला स्वत:च्या पोटापाण्याची व्यवस्था करावी लागणार आहे, आणि आता 'तुम्ही' स्वत:च नोकरी आहात ही वस्तुस्थिती आहे. त्यामुळे तुम्ही व्यक्ती म्हणून काय दृष्टिकोन बाळगता,कोणते जीवितध्येय, उद्दिष्ट मानता व स्वत:शी कशाकशाची बांधिलकी मानता, यावर तुमची 'नोकरीतील सुरक्षितता' अवलंबून राहील; तुमचे व्यावसायिक यश व तुमचे वर्तन या बाबी परस्परांत खोलवर गुंतलेल्या असतील. तुम्ही तुमच्या सर्जनशील ऊर्जांना कशा पद्धतीने सचेतन करता यावर तुमच्या करिअरचे भवितव्य ठरेल.

हिकमतीपण

स्वावलंबी राहण्यासाठी तुम्हाला हिकमती बनावे लागेल. आपल्यासमोर सिंधी व पंजाबी लोकांचे बोलके उदाहरण आहे. १९४७ साली भारताची फाळणी झाल्यानंतर त्यांना पाकिस्तानातून हुसकावून लावण्यात आले होते. त्यांना आपली संपत्ती, मालमत्ता, पैसा-सगळे काही मागे सोडून यावे लागले होते. पण ही माणसे भारताच्या कानाकोपऱ्यात पसरली आणि त्यांनी शून्यातून नवजीवनाला प्रारंभ केला. त्यांनी त्यांच्या घरच्या उद्योगाशी जवळचा असणारा व्यापार हा उद्योग सुरू केला. त्यांनी शक्य त्या वस्तूंची विक्री सुरू केली. अगदी ट्रेनमध्ये, रस्त्यावर पेन, कंगवे, रुमाल विकण्यापासून ते सेकंड हँड वातानुकूलित यंत्रे जुळवणे, छोट्या प्रमाणात रंगनिर्मिती अशा उद्योगाच्या सर्वच क्षेत्रांत सिंधी लोकांचा वावर आहे. हे त्यांचे स्थैर्य मिळवणे अपूर्व आहे. फाळणीच्या भयानक अरिष्टानंतर १५ वर्षांतच हे लोक पुन्हा स्थिरावले. हे लोक जिथे जिथे गेले तिथे त्यांना स्थानिक लोकांच्या उपेक्षेला तोंड द्यावे लागले, पण त्यांनी या गोष्टीचा स्वत:वर परिणाम होऊ दिला नाही. एकही सिंधी माणूस भिकारी बनला नाही. अत्यंत लक्षणीय हिकमतीपणा, चिकाटी व समर्पित वृत्ती दर्शवून त्यांनी त्यांचे जीवनमान सुधारले आणि या प्रक्रियेद्वारे भारताच्या उभारणीत योगदान दिले.

'कंट्रोल ग्रुप' चे अध्यक्ष व व्यवस्थापकीय संचालक रवी खन्ना यांचे कुटुंबही पाकिस्तानातून स्थलांतरित झाले होते, ते एका महत्त्वाच्या मुद्याकडे लक्ष वेधतात. मी त्यांना प्रश्न केला की, ''तुमच्यापाशी प्रारंभी कसलेही साधनस्रोत नसताना तुम्ही २०० कोटी रुपयांची वार्षिक उलाढाल असणाऱ्या व २२०० माणसांच्या समूहाची उभारणी कशी केलीत?'' त्यावर त्यांनी मला सिंधी माणसांचे उदाहरण सांगून एक महत्त्वाचे वचन सांगितले होते, ते म्हणजे, ''साधनस्रोतांची कमतरता तुम्हाला अडचणीतून हिकमतीने मार्ग काढण्यास उद्युक्त करते.''

आज तुमची अवस्था विस्थापित सिंधी लोकांइतकी वाईट तरी नाही. कुणीही तुम्हाला मुळापासून उखडून टाकलेले नाही, तुमची मालमत्ता हिरावून घेतलेली नाही. एक खरे आहे, तुमची 'नोकरी' कदाचित गेली असेल; ती तुम्हाला कदाचित मालमत्तेसमान वाटत असेल, पण तसे नाही. तुमच्यामध्ये जाणिवेच्या पातळीवर बदल घडायला हवा. सिंधी लोकांचे पुनर्वसन व पुनरुज्जीवन यांमधून असे दिसून येते की, मानवी मनामध्ये तग धरून राहून समृद्धी साधण्यासाठी असीम हिकमत असते, अत्यंत प्रतिकूल परिस्थितीत तर आणखीनच.

हिकमती माणसे खालील गुण-वैशिष्ट्यांचे दर्शन घडवतात :

१. कार्यक्षमतेच्या जाणिवेवर आधारित उच्च आत्मसन्मान;

२. कितीही अडथळे व असुरक्षिततेला तोंड द्यावे लागले तरीही अतिशय प्रभावी आशावादावर वाटचाल;

३. आयुष्यात काहीतरी वेगळे करून दाखवण्यासाठी चिकाटी व समर्पित वृत्ती

४. नोकऱ्या व कंपन्यांवर अवलंबित्वास नकार

५. राखीव बाबी व सवलती यांसाठी सर्वकाळ सरकारकडे धाव घेण्यास नकार;

६. या व्यक्ती संधींच्या शोधात कुठेही स्थलांतरित होण्यास तयार असतात, त्यामुळे 'अमर्याद' विचारसरणी.

हिकमतीपणा सहजासहजी येत नाही. 'डू व्हॉट यू लव्ह, द मनी विल फॉलो' या अत्यंत वाचनीय पुस्तकात लेखिका मार्शा सिनेटर म्हणतात की, हिकमतीपणाच्या मुळाशी समस्यांची उकल करण्याचा अनुभव असतो.

त्या तीन 'नियम' मांडतात.

पहिला : माणसाला स्वत:च्या क्षमतेविषयी विश्वास हवा कारण तो समस्यांची उकल करण्यासाठी स्वत:च्या मेंदूच्या क्षमतेवर अवलंबून असतो.

दुसरा : एखाद्या प्रश्नाची सोडवणूक करण्यात अपयश आल्यामुळे त्या व्यक्तीला लक्षणीय धोका उत्पन्न झाला तरीसुद्धा स्वतंत्र विचारसरणी व निर्णयक्षमता या गोष्टी प्रत्यक्षात अनुसरल्या गेल्या पाहिजेत.

तिसरा : दृढ निश्चय.

यातून स्पष्ट होते की :

अ. पाकिस्तानातील निर्वासितांना तोंड द्यावे लागले होते त्या परिस्थितीपेक्षा 'नोकरीविरहित अवस्था' अधिक बिकट नाही.

ब. निर्वासितांनी काम शोधले व भरभराट साधली.

क. भरपूर काम उपलब्ध आहे. तुमच्या वृत्तीला सुयोग्य ठरेल असे काम तुम्हालाच शोधावे लागेल. तुमच्यापाशी पर्याय आहेत, त्यांना नव्हते.

ड. निर्वासित लोक कुठल्याही आयआयटी, आयआयएम, आरईसी किंवा अशा कुठल्या विद्यापीठ वा संस्थांमधले 'ज्ञान-कर्मचारी' नव्हते, तुम्हाला ती संधी लाभलेली आहे.

इ. ज्ञान-कर्मचाऱ्याने अधिक हिकमती असणे अपेक्षित आहे.

तुम्ही पहिल्या प्रकरणातील 'कार्य संधींचा धडाका' या आरेखनाकडे पाहा; पण हे आरेखन आहे, चित्र नव्हे ; नकाशा आहे, प्रदेश नव्हे. वास्तव आयुष्यामध्ये, ज्ञान-कर्मचाऱ्याने आपल्या व्यवसायातील अपेक्षित मापदंडांनुसार सर्वतोपरी उत्तम कार्य करून कमाई करण्याचा मार्ग शोधण्यासाठी खराखुरा वेळ द्यायला हवा.

सर्वपरिचित सत्य म्हणजे-बरेच लोक स्वत:मध्येच रस घेत नाहीत. आपले आई-वडील, आपली कंपनी व सरकारचे आपल्याला करिअर प्रदान करणे हे कर्तव्य आहे, अशी त्यांची समजूत असते. आपल्याकडच्या व्यवस्थापकीय मनोभूमिकेतसुद्धा अवलंबित्वाचे हे घटक असतात, ही दु:खद बाब आहे. अशी वृत्ती यापुढे काही कामाची नाही. आता आपण स्वतंत्ररीत्या व विचारपूर्वक घडवलेल्या करिअरची काही उदाहरणे पाहू.

विवेकी करिअर्स

नि:स्वार्थी : आपल्याला सामाजिक कार्याला समर्पित करिअर्स विशेष भावतात. तथापि, अशा प्रकारच्या करिअरची निवड करताना आपण प्रसारमाध्यमांनी उभ्या केलेल्या सामाजिक नेत्यांच्या प्रतिमा पाहून थरारून जाता कामा नये. आपल्याकडचे अनेक तथाकथित नि:स्वार्थी कार्यकर्ते खोटारडे आहेत. समर्पित वृत्तीची उदाहरणे सापडणे दुर्मिळ आहे.

मी एकदा एका धर्मादाय रुग्णालयात सामाजिक कार्य करणाऱ्या एका बाईंच्या निवृत्ती समारंभाला गेलो होतो. त्या बाईंवर स्तुतीचा वर्षाव सुरू होता. मात्र, त्या बाई या कौतुकाने भारावलेल्या नव्हत्या.

त्या अगदी मोजकेच बोलल्या : ''मी कसलीही नि:स्वार्थी सेवा केली नाही. मी जे काही केले, त्यामध्ये माझा पूर्ण स्वार्थ होता. मला रुग्णसेवेमध्ये करिअर करायचे होते. शेकडो रुग्णांनी मला ही संधी दिली, त्यांनी माझ्या तऱ्हा, कामातील त्रुटी

सहन केल्या. मी त्यांची आभारी आहे. त्यांनी मला सहन केले नसते तर आज मला हे यशस्वी करिअर लाभले नसते. माझ्या व्यवसायाच्या ज्या अपेक्षा आहेत, त्या समर्थपणे पूर्ण करून मी कृतार्थ आहे, पण मी नि:स्वार्थी होते असे म्हणू नका; प्रामाणिकपणे कबूल करायचे, तर मी नि:स्वार्थी नव्हते.''

तात्पर्य स्पष्ट आहे. तुमच्यामध्ये जर इतरांच्या कल्याणाची तळमळ व आपल्या व्यावसायिक गरजेबाबतचा व्यावहारिक दृष्टिकोन असेल, तरच तुम्ही समाजसेवेच्या क्षेत्रात करिअर करावे.

समानतावादी : जमशेटजी टाटांनी नामांकित टाटा समूहाची उभारणी दोन समानतावादी स्तंभांवर केली : सामाजिक भान व विश्वस्तभावना.

जमशेटजी टाटांच्या ज्ञानसंपन्न उद्योजकशीलतेची उदात्त परंपरा अभूतपूर्व यशाच्या शिखरावर नेणाऱ्या जेआरडी टाटांची मानसिक जडणघडण संपत्तीनिर्मितीला अनुकूल होती. जमशेटजींनी संपत्तीनिर्मितीसाठी नवे उपक्रम सुरू करताना भारतीय लोकांच्या आजवर न वापरल्या गेलेल्या सर्जनशील व उपयुक्त अलौकिक बुद्धीचा वापर करून घेण्याचा सजग निर्णय घेण्याआधी, व्यापर व कापड उद्योगात लक्षणीय भवितव्य घडवले होते.

जमशेटजी टाटा

रॉकफेलर, कृप, लिव्हरह्यूम व फोर्ड अशा व्यक्तींची साहसी वृत्ती व धडाडी अंगी असलेले जमशेटजी टाटा हे विलक्षण व्यक्तिमत्त्व होते. व्यापार व कापड उद्योगात लक्षणीय भवितव्य घडवणारे जमशेटजी टाटा त्यांच्या पूर्वपराक्रमावर संतुष्ट राहू शकले असते अथवा आणखी पैसे मिळवण्यावर लक्ष केंद्रित करू शकले असते. पण त्याउलट, वसाहतवादी राजवटीच्या पिळवणुकीत आपला देश औद्योगिक क्रांतीपासून वंचित राहिल्याचे त्यांनी जाणले. औद्योगिक क्रांतीमुळे युरोप व अमेरिकेचा चेहरामोहरा झपाट्याने बदलत होता. जमशेटजींना ठाऊक होते की, वाफ व विद्युत ऊर्जेचे आगमन होण्याआधी हजारो किंवा त्याहून अधिक वर्षे, भारत हा जगातील सर्वाधिक औद्योगिकरण झालेला, अग्रणी आणि कापड, लोखंड व पोलाद, जहाज व इतर बऱ्याच गोष्टींच्या उत्पादनात आघाडीवर असणारा देश होता. या देशाच्या गणित, खगोलशास्त्र, वास्तुशिल्पकला व तत्त्वज्ञान या बाबतीतील लौकिकाबद्दल तर बोलायलाच नको! त्यामुळे त्यांनी विचार केला की, पश्चिमेकडील लोकांना आधुनिक विज्ञान व तंत्रज्ञानाने जी साधने दिली आहेत, तशी साधने या देशातील लोकांना दिली तर त्यांची पुन्हा भरभराट होऊ शकेल. हे उद्दिष्ट नजरेसमोर

ठेवून त्यांनी जवळपास एकट्याच्या हिमतीवर भारताला आधुनिक विज्ञान व उद्योग-पथावर आणून सोडण्याचा व या प्रक्रियेत स्वत:चे भवितव्य धोक्यात घालण्याचा निर्णय घेतला. त्यांच्या कल्पनेतील महान प्रकल्प त्यांच्या मुलांनी पुढे नेले, ते यशस्वी ठरले ही गोष्ट महत्त्वाची आहेच पण त्याहून महत्त्वाची गोष्ट म्हणजे ज्या उद्देशाने हे प्रकल्प सुरू झाले ते उद्देश आणि जमशेटजींनी त्यांचे दोन्ही सुपुत्र व माझे पिता-आरडी टाटा यांच्यामध्ये जे सामाजिक भान व विश्वस्त भावना रुजवली ती जाणीव. आजही या बाबी त्यांच्या पुढील पिढ्यांना व त्यांच्याद्वारे जमशेटजींनी प्रेरणा दिलेल्या विविध समूहांच्या व्यवस्थापनालाही स्फूर्तिदायी व मार्गदर्शक आहेत.

- आर.एम.लाला यांच्या 'क्रिएशन ऑफ वेल्थ'
या पुस्तकासाठी जेआरडी टाटा यांनी लिहिलेल्या प्रस्तावनेतून.

आर.एम.लाला यांच्या 'क्रिएशन ऑफ वेल्थ' या टाटांची अपूर्व कहाणी सांगणाऱ्या पुस्तकाच्या प्रस्तावनेचा समारोप करताना जेआरडी टाटा म्हणतात, "हे पुस्तक वाचणाऱ्या तरुणांना यामधून यशस्वी करिअरचा पाठपुरावा करण्यासाठी काही अंशी स्फूर्ती लाभेल अशी मला आशा आहे. यशस्वी करिअरचा पाठपुरावा करताना हे तरुण देशाच्या प्रगतीमध्ये जे ज्ञानाचे योगदान देतील ते एक सर्वांत समाधान देणारे बक्षीस असेल."

तुम्ही ज्ञान-कर्मचारी यशस्वी करिअर घडवून देशाच्या प्रगतीत योगदान देत आहात.

संपत्तीनिर्मिती

जमशेटजी टाटांनी विपुल संपत्ती मिळवल्यानंतर, आपल्या वैयक्तिक हितापेक्षा महान गोष्टींकडे आपले करिअर वळवण्याचा सजग निर्णय घेतला, ही गोष्ट लक्षात घ्यावी लागेल. 'ओबेरॉय हॉटेल्स' चे एम. एस. ओबेरॉय; 'रिलायन्स' चे धीरूभाई अंबानी; 'विप्रो' चे अजीम प्रेमजी, 'बजाज टेम्पो' चे राहुल बजाज; 'झी टीव्ही'चे सुभाष चंद्रा, 'महिन्द्रा ॲन्ड महिन्द्रा' चे केशूब महिन्द्रा; 'मुरूगप्पा ग्रुप' चे एम. व्ही. सुब्बय्या; 'एस्कॉटस्' चे राहुल नंदा; 'हीरो होंडा' चे ब्रिजमोहनलाल मुंजाल ; 'डॉ. रेड्डीज लॅब' चे अंजी रेड्डी; 'अपोलो हॉस्पीटल्स' चे प्रताप रेड्डी; व 'निरमा' चे करसनभाई पटेल अशा उद्योगक्षेत्राच्या तारांगणातील चमकत्या ताऱ्यांनी (यामध्ये मोजक्याच नावांचा उल्लेख केला आहे) सर्वप्रथम सर्जनशील लोकांना एकत्र आणून संपत्तीनिर्मिती केली. डॉ. वर्गीस कुरियन किंवा दीपक पारेख यांच्यासारख्या आपल्या व्यवस्थापक-आदर्शांनी अशाच प्रकारे सामुदायिक प्रयत्नांतून संपत्तीनिर्मिती केली.

हे लोक संस्थेच्या संपत्तीतील काही भाग खर्चून सामाजिक कार्यासाठी आर्थिक योगदान देतातच, शिवाय त्यांच्या आवडत्या कार्यांसाठी व्यक्तिश: देणग्यासुद्धा देतात. त्यांच्या करिअरच्या प्रारंभी त्यांनी पैसा कमावणे आणि त्यांच्या करिअरचे हितसंवर्धन हा एकमात्र उद्देश ठेवला असेल, असे एखादा गृहीत धरू शकेल, तर मी म्हणेन की, तसेच असायला हवे. जर या लोकांनी संपत्तीनिर्मिती केली नसती, किंवा भयावह संपांच्या पार्श्वभूमीवर तेच जर 'संपावर' गेले असते तर काय घडले असते? संपत्तीच्या नवनिर्मात्यांनी एक गोष्ट मनावर ठसवली पाहिजे ती म्हणजे संपत्तीनिर्मिती हाच आपला व्यवसाय आहे.

अशा प्रकाशमान व्यक्तिमत्त्वांच्या उपस्थितीत तुम्ही स्वहिताची बांधिलकी जपण्यात अपराधीपण बाळगण्याचे कारण नाही - उलट तुम्ही संपत्तीनिर्मिती घडवण्याची स्फूर्ती घ्यायला हवी. तुम्ही स्वत: कमवल्याशिवाय तुम्ही देणग्या देऊ शकत नाही. आणि देणग्यांवाचून धर्मादाय उपक्रम बंद पडतील. तुम्ही संपत्तीनिर्मिती करत असताना खरी ज्ञानप्राप्ती करून घेऊ शकता. परमेश्वराचीही यापेक्षा वेगळी इच्छा नसेल. उद्योजकतेच्या शतकात तुम्ही व्यवसायात आहात ते तुमच्या स्वत:साठी. तुम्ही पैसा कमवण्यासाठी व्यवसायात आहात, पण काही भारतीयांनी ज्या मार्गाने तो मिळवलाय त्या मार्गाने मिळवण्यासाठी नाही. उदा. भ्रष्टाचारातून वाईट मार्गाने मिळवलेली संपत्ती. तुम्ही खरा व प्रामाणिक पैसा मिळवण्याची सर्जनशीलता दाखवायला हवी, ती सुद्धा तुमच्या आवडीच्या करिअरमध्ये.

अमेरिका 'पैसे कमावण्याच्या' मजबूत तत्त्वज्ञानाविना सर्वांत समृद्ध देश बनलेला नाही. या विचारसरणीचे सार आयन रँड या अमेरिकेत स्थायिक झालेल्या रशियन स्थलांतरित महिलेने नेमके टिपले आहे. त्यांच्या 'वस्तुनिष्ठ दृष्टिकोन' (Objectivism) या अपूर्व तत्त्वज्ञानाने त्यांना जगभर प्रसिद्धी मिळवून दिली आहे. रँड यांच्या मते, अमेरिकन लोकांचे 'सर्वांत अभिमानास्पद वेगळेपण' म्हणजे 'पैसा कमावणे' या वाक्प्रचाराची निर्मिती.

लोकांनी संपत्ती हे नेहमी स्थिर परिमाण (Static Quantity) मानले होते - म्हणजे संपत्ती ही जबरदस्तीने, याचना करून, वारश्याने, वाटणीत, लुटीतून अथवा कृपाप्रसाद म्हणून मिळवण्याची गोष्ट आहे असे मानले होते. संपत्ती निर्माण केली पाहिजे ही गोष्ट सर्वप्रथम अमेरिकी लोकांनी जाणली. 'पैसा कमावणे' (To make money) या शब्दांत मानवी नीतितत्त्व दडले आहे.

मी या मुद्यावर विशेष भर देत आहे कारण आपल्या देशात 'संपत्ती' ची निर्मिती अपवित्र मानली जाते. कोट्यधीश बनणे तिरस्करणीय मानले जाते. आता 'इन्फोसिस' च्या नारायण मूर्तींसारख्या लोकांनी, अंबानींनी सुरू केलेल्या प्रथेनुसार, भागधारक व कर्मचारी यांच्यासह डॉलर्समधील २७० कोट्यधीश निर्माण करून हे पूर्वग्रह

मोडले आहेत.

आपण एका तरुण उद्योजकाचे उदाहरण पाहू.

'ग्लोबल टेली सिस्टिम्स लि.' चे कार्यकारी अध्यक्ष व 'ग्लोबल एन्टरप्राईज' (महसूल : ८०० कोटी रुपये) चे संस्थापक - मुख्य कार्यकारी अधिकारी मनोज तिरोडकर (वय : ३६वर्षे) यांनी नुकतेच दोन विशेष सन्मानाचे पुरस्कार मिळवले आहेत : 'इंडिया यंग बिझनेस अचिव्हर' (IYBA) आणि 'वर्ल्ड यंग बिझनेस अचिव्हर'. यांपैकी 'वर्ल्ड यंग बिझनेस अचिव्हर' हा पुरस्कार मिळवणारे ते पहिले भारतीय आहेत.

मी मनोजना प्रश्न केला की, "तुम्हाला आपली ओळख कशी राहावी असे वाटते?"

त्यावर क्षणाचाही विचार न करता ते उत्तरले "संपत्तीनिर्मितीच्या संदर्भात".

मग त्यांनी पुढे सांगितले : "माझे कुटुंब गरीब होते. माझे मराठी माध्यमातून शिक्षण झाले. मी फक्त बारावीपर्यंत शिकलो आहे. माझ्यापाशी पदवी नाही. मला १००० दशलक्ष डॉलर-कर्मचारी निर्माण करायचे आहेत. 'मायक्रोसॉफ्ट' ने अमेरिकेत घडवले तसे आपल्याला भारतात कोट्यधीश निर्माण करावे लागतील आणि मग धर्मादाय कार्यासाठी देणग्या देता येतील."

आता तुमच्यापाशी अशी थरारक महत्त्वाकांक्षा असायला हवी. मनोजनी सह-संस्थापक फ्रित्झ डी सिल्व्हा यांच्यासमवेत १९८१ साली 'ग्लोबल टेली-सिस्टिम्स'चा पाया रचला-अवघ्या १९ वर्षांत घडवलेले केवढे झगझगीत कर्तृत्व!

आपल्याला अशा कोट्यवधी मनोज तिरोडकर, नारायण मूर्ती व अजीम प्रेमजींची आवश्यकता आहे, आणि मी पैजेवर सांगतो की, तुम्ही त्यांपैकीच एक आहात व त्यांच्यापैकी एक बनू शकता.

एकदा मूलभूत गोष्टी सुस्पष्ट समजून घेतल्यानंतर तुम्ही तुमची करिअर उद्दिष्टे साध्य करण्यासाठी आवश्यक असणारी सर्जनशील शक्ती मुक्त कराल.

तुम्हाला हवी असणारी मूलभूत गृहीते :

१. तुम्हाला श्रीमंत व्हायचे आहे. तुम्ही निर्माण केलेली संपत्ती तुम्हाला उत्तम जीवनमान लाभण्यासाठी, तुमचा जोडीदार व मुलांना अधिक समृद्ध करण्यासाठी व तुमच्या आस्थेच्या विषयात देणगी देण्यास उपयोगी पडेल. या प्रक्रियेमध्ये तुम्ही देशाला समृद्धी बहाल कराल.

२. तुम्हाला स्वतंत्र व्हायचे आहे व तुम्हाला तुमच्या जीवनाचे उत्तरदायित्व स्वीकारायचे आहे.

३. तुम्हाला तुमच्या आगळ्यावेगळ्या 'स्व'ची अभिव्यक्ती करण्यासाठी अपूर्व

करिअर घडवायचे आहे.

४. तुम्हाला तुमची सर्जनशील शक्ती पद्धतशीरपणे मुक्त करायची आहे.

करिअर घडवा

'करिअर घडवणे' म्हणजे तुमच्या बाबतीत जे अस्तित्वात नाही, ते घडवणे. तुम्ही स्वत:साठी व्यवसायाचा आरंभ करणार आहात. अशा प्रकारचा व्यवसाय आधीच कुणी करतोय का, हे महत्त्वाचे नाही, तसेच तो नेहमीच्या चाकोरीतला आहे की निराळा हे सुद्धा महत्त्वाचे नाही.

तुमची निर्मितीची कुवत वा क्षमता यांबाबत प्रश्नच नाही. पण केवळ माता होण्याची क्षमता तुम्हाला मातृत्व बहाल करत नाही; आणि असे म्हटले जाते की, पिता असणे ते पिता बनणे ही करिअरमधील खचितच मोठी कामगिरी आहे. तुम्हाला करिअर घडवायचे आहे ही महत्त्वाची गोष्ट आहे. यशस्वी करिअर घडण्यास दशकानुदशके लागतात. बाजारपेठेची मागणी, ग्राहकांच्या गरजा, तुमचा 'स्वॉट' असे सर्व घटक तुमच्यासमोर असतील, पण तरीसुद्धा तुम्ही स्वत:ला एक कठीण प्रश्न विचारायला हवा, "सगळी परिस्थिती अशी असताना मला कोणते करिअर घडवायचे आहे?"

सर्वप्रथम या प्रश्नाचे उत्तर द्या, आणि मग वास्तवाचा विचार करा.

एकदा माझी जकार्तामध्ये एका भारतीय व्यक्तीशी भेट झाली. ते अमेरिकेत एम.बी.ए. झालेले हुशार अभियंता समुद्री जहाजांसाठी पडाव बनवणाऱ्या एका इंडोनेशियन कंपनीत महाव्यवस्थापक होते. त्यानंतर एकदा ते मला मुंबईत भेटायला आले. त्यावेळी त्यांनी त्यांच्या करिअरची तेव्हाची स्थिती व कंपनीतील भवितव्य यांविषयी माझ्याशी चर्चा केली. त्यांच्या दृष्टीने अमेरिकेला जाणे, नोकरी मिळवून तिथे स्थायिक होणे काहीच अवघड नव्हते. खरे तर, त्यांना तिथे यापूर्वीच स्थायिक झालेल्या सगळ्या नातेवाइकांच्या जवळ जाता आले असते. मी त्यांना सुचवले, "तुम्ही अवकाशयानांसाठी 'पडाव' बनवण्याचा का विचार करत नाही?"

तो थक्कच झाला. त्याने प्रश्न केला,"कसे काय?"

मी म्हणालो, "या कल्पनेवर विचार करा. चिंतन करा. ही कल्पना तुम्हाला रोमांचक वाटते का पाहा. या कल्पनेचे स्वप्न हीच बांधिलकी माना. त्यावर काम करा. योजना बनवा. साधनस्रोत, वित्त, माणसे, वस्तू या गोष्टी कशा उभ्या करायच्या ते ठरवा, आणि मग सुरुवात करा."

ते काहीसे बुजले. "मी या दृष्टीने कधीच विचार केला नव्हता. हे अवघड वाटतेय. मी त्या प्रकारचा उद्योजक नाही."

मग मी त्याला म्हणालो की, "तसे असेल तर तुम्ही तुमच्या दृष्टीने अधिक

सुयोग्य ठरेल असे काहीतरी शोधू शकता.''

या तरुण व्यक्तीला छाप पडण्याजोगे व्यक्तिमत्त्व लाभलेले होते, ते अभ्यासू होते, तळमळीने काम करणारे होते आणि त्यांनी कुठेही चांगले करिअर केले असते. तथापि, त्यांचे हे स्वत:लाच मर्यादा घालून घेणे लक्षात घ्या. त्यांनी ठरवूनच टाकले होते की, 'मी त्या प्रकारचा उद्योजक नाही.' त्यांनी स्वत:ला असे साचेबद्ध का करावे? तुम्ही वेगळ्या पद्धतीने विचार केलात तरच तुम्ही वेगळी गोष्ट करू शकता. ठराविक चाकोरीत विचार करण्याच्या सवयीचा आकृतिबंध बदललाच पाहिजे.

पुणे येथील 'प्राज इंडस्ट्रीज' (अल्कोहोल प्रकल्प व मद्य तंत्रज्ञान क्षेत्रातील ६० कोटी रुपयांचा उद्योग) चे महत्त्वाकांक्षी अध्यक्ष व व्यवस्थापकीय संचालक-प्रमोद चौधरी यांनी जर आपल्यामध्ये उद्योजकतेचे जीन्स नाहीत असा विचार केला असता, तर त्यांना संपत्तीनिर्मिती घडवता आली नसती. ते भारतात 'विडिया' या कंपनीच्या आरामदायी नोकरीत राहिले असते. बेंगलोर येथील 'बायकॉन इंडिया' (विकर विशेष व औषधी घटकांचा १०० कोटी रुपयांचा उद्योग) च्या चैतन्यमयी अध्यक्षा व व्यवस्थापकीय संचालिका किरण मजुमदार आपल्याला उद्योगाची पार्श्वभूमी नाही या विचाराशी थांबल्या असत्या तर त्यांना अशा प्रकारची संपत्तीनिर्मिती व २५० लोकांसाठी काम निर्माण करणे शक्य झाले नसते. ऑस्ट्रेलियातील मेलबोर्न विद्यापीठातून 'ब्रेविंग अॅन्ड माल्टिंग सायन्स' मधील 'मास्टर्स' पदवीप्राप्त किरणना जगात कुठेही उत्तम दर्जाची नोकरी मिळाली असती, पण त्यांनी १९७७ साली स्वत: निवडलेल्या मार्गावर वाटचाल सुरू केली आणि २३ वर्षांत जैवतंत्रज्ञानाच्या अतिशय खास क्षेत्रात १०० कोटी रुपयांचा उद्योग उभारला.

चौधरी व मजुमदार या दोघांनीही त्यांच्या करिअरचा सर्जनशीलपणे विचार केला आणि लक्षात ठेवा, त्यांनी हे यश समाजवादी सत्तेच्या विळख्यात राहून मिळवलेले आहे. त्यांनी 'हे अशक्य आहे' अशी स्वत:लाच मर्यादा आखून घेतली नाही. त्यांना ठाऊक होते की, 'अशक्य' ते 'शक्य' ते 'बहुधा' ते 'सुसाध्य' हा प्रवास खूप प्रदीर्घ आहे, तरीसुद्धा त्यांनी या करिअर मार्गावरून जायचे ठरवले.

जकार्तामधील माझ्या त्या तरुण मित्राने जर उद्योजकतेचे मूल्यसंकेत मोडायचे ठरवले असते तर त्याने त्या विशेष क्षेत्रात शोधकौशल्ये पणाला लावली असती. आणि कुणी सांगावे, एखाद्या दिवशी त्याने अवकाश पडाव बनवणारी जगातील एकमात्र कंपनी स्थापन केली असती. ही त्याची निर्मिती ठरली असती, ही गोष्ट विसरू नका. या प्रक्रियेमध्ये त्याने त्याला हवे असणारे चाकोरीबाहेरचे, वेगळे काम निर्माण केले असते व मजुमदार आणि चौधरींसारखेच अपूर्व करिअरही घडवले असते. इतर अनेकजणही स्वत:चा मार्ग ठरवून त्यानुसार वाटचाल करत आहेत. निर्मितीचा आनंद सदैव भरून पावल्याचा अनुभव देतो. अशा सर्जनशील कृती

घडवताना माणसाला ताणतणावातून पार पडावेच लागते. तुम्हाला जर प्रचलित परिस्थिती व ज्ञात मार्गांतील ज्ञानापेक्षा निराळे, स्वतंत्र करिअर घडवायचे असेल तर तुम्हाला धोके पत्करावेच लागतील.

एक गोष्ट स्पष्ट आहे : एकविसाव्या शतकात तुमच्यापुढे नोकऱ्यांच्या सुरक्षित मार्गावरून वाटचाल करण्याचा पर्याय उपलब्ध असणार नाही.

सर्जनशील प्रक्रिया

सर्जनशील प्रक्रियेमध्ये, तुम्हाला प्रेरणा ठरणारी शक्ती म्हणजे तुमची विशेष फलनिष्पत्ती घडवण्याची इच्छा होय. तिला 'इच्छाशक्ती' किंवा 'निर्मितीचे प्रेम' म्हणा हवे तर. सर्जनशील प्रक्रिया मनातील गोंधळ व शिस्त यांतून पार पडते. तिला सक्रिय व अक्रियाशील अशा दोन्ही काळांना तोंड द्यावे लागते. तुम्ही विशिष्ट क्रमाने पाऊल उचलत असता, पण या प्रक्रियेची विशिष्ट अशी पद्धत नाही की समीकरण नाही. तुम्हाला अंतिमतः काय हवे आहे त्यावर तुम्हाला ते कसे साध्य करायचे आहे, ती प्रक्रिया ठरते. तुम्ही नवे, वेगळे वा अपरिचित शोधण्यासाठी तुमच्या सध्याच्या कार्यक्षमतांना ताण द्या. तुम्हाला अपरिचित कृतींचा परिचय घडवून घ्यावा लागेल. अशा प्रकारचे काही 'ताणांचे' अनुभव घेतल्यानंतर तुम्हाला वेगळी वाटणारी गोष्ट नित्याची बनेल. यातूनच दृढीकरण घडेल. 'इलेक्ट्रॉनिका' चे कार्यकारी संचालक-प्रकाश रत्नपारखी 'स्पार्क इरोजन मशीन' बनवण्याच्या दोन वर्षांच्या काळात अशा अनुभवातून गेले आहेत. अशा प्रकारे, ताण व दृढीकरण या मूलभूत पायऱ्या ठरतात.

प्रश्न विचारा. तुम्हाला माहीत आहे की, अजूनही विद्यार्थी व वृद्ध माणसे मांडी घालून जमिनीवर बसतात, तुम्ही त्यांच्यासाठी, खालच्या बाजूला गुबगुबीत आधार असणारी वही बनवण्याचा विचार करा. काही लोकांशी बोला आणि नमुना सर्वेक्षण करा. या मूल्यवर्धित उत्पादनाला बाजारपेठ मिळेल का? तुम्ही ज्या लोकांशी बोलाल, त्यांची काय प्रतिक्रिया येते ती नोंदवा. अंदाज बांधू नका. अशा वह्या बनवण्याचे तुमचे स्वप्न व वास्तव यांतील संभाव्य अंतर शोधण्यासाठी वस्तुनिष्ठपणे चालू वास्तवाचे निरीक्षण करा ; लोकांच्या प्रारंभीच्या प्रतिसादाचे चालू वास्तव अभ्यासा. तुम्हाला जर बऱ्याच लोकांकडून " छान, हे खपणार!" असा प्रतिसाद लाभला, तर तो सकारात्मक प्रतिसाद समजा, जर या कल्पनेचे फारशा उत्साहाने स्वागत झाले नाही, तर ही कल्पना आकाराला आणण्याजोगी नाही असे समजा.

पावले उचलताना ती तुमच्या इच्छा-आकांक्षांशी मिळतीजुळती आहेत ना, ते पाहा. तुम्ही तुमच्या जीवनाचा मार्ग आखत आहात, त्यामुळे तुम्ही (निर्माता) व तुमचे करिअर (निर्मिती) या गोष्टी वेगळ्या राहतील याची दक्षता घ्या. तिसऱ्या

माणसा-सारखी तटस्थ वृत्ती इष्ट ठरेल. योजना आखण्याचा अतिरेक करू नका; कारण त्यामुळे शोधघटक नष्ट होईल. योजना आखण्याचा अतिरेक संपूर्ण करिअर शोध-प्रक्रियेत अडसर ठरतो. FMC चे एतद्देशीय व्यवस्थापक-सरताज सिंग म्हणतात, ''महाविद्यालयातून उद्योगक्षेत्रात येणारे नव्या दमाचे तरुण करिअरविषयीच्या त्यांच्या ठाम कल्पना सोबत घेऊन येतात. त्यांच्यातील उत्स्फूर्तता हरवलेली असते. उद्योगजगतात करिअर्स अशा प्रकारे आकाराला येत नाहीत. हे नवे शिलेदार योजनाबद्ध डावपेचांसाठी स्वत:ला वावच ठेवत नाहीत.''

अंतिम तारीखमर्यादा व वितरीत करण्याच्या बाबी हे माहिती-तंत्रज्ञान उद्योगातील कृतिदर्शक शब्द बनले आहेत. हे महत्त्वाचे आहे कारण तुम्ही स्वत:च स्वत:वर लादलेल्या दडपणांमुळे, ऊर्जा, गती व लय निर्माण करता. करिअरची प्रगती मोजता येण्याजोगी घडते. कधी काळी तुमच्या लेखी महत्त्वाची असणारी गोष्ट तुमच्या शोध क्रीडेत महत्त्वाची राहणार नाही. तुमचे मित्रांचे वर्तुळ कदाचित बदलेल. तुम्ही एखाद्या कलावंताप्रमाणे तुमच्या निर्मितीवर लक्ष केंद्रित केले पाहिजे, स्वत:वर नव्हे. एखादी संकल्पना सुचणे, अपूर्व उत्पादन बनवणे, उत्तम सेवा पुरवणे, नव्या यंत्राचा शोध लावणे, टीम सुसंघटीत ठेवणे, स्पर्धात्मक चढाओढीत 'ऑर्डर' मिळवणे, पाच वर्षांच्या काळात १०० टक्के वितरणाचा विक्रम, या आणि अशासारख्या गोष्टी तुमच्या निर्मितीतील महत्त्वाचे टप्पे ठरणार आहेत. तुम्हाला आयुष्यात जे हवे आहे ते निर्माण करण्यासाठी तुम्ही तुमची कल्पकता वापरली पाहिजे ; यशस्वी लोक सर्जनशील कल्पनाचित्र निर्मिती (Creative Visualization) तंत्र वापरतात.

सर्जनशील कल्पनाचित्र निर्मिती (Creative Visualization)

'कॉम्प्युटर प्रोग्रॅमिंग' सारखीच कल्पनाचित्रनिर्मिती (Visualization) हा सुद्धा मानसिक 'प्रोग्रॅमिंग'चा प्रकार आहे. तुम्ही मेंदूला विशिष्ट उत्तेजन पुरवता, आणि तो तुम्हाला हवा असणारा प्रतिसाद देतो. सर्जनशील कल्पनाचित्र निर्मिती हे एक तंत्र आहे, ज्यायोगे तुम्ही तुम्हाला आयुष्यात हव्या असणाऱ्या गोष्टीची निर्मिती करण्यासाठी तुमची कल्पकता वापरता. समजा तुम्ही विमानविद्याशास्त्राचे अभियंता आहात. तुम्हाला जगातील सर्वांत श्रीमंत हेलिकॉप्टर उत्पादक बनायचे आहे. तुमच्या माहितीनुसार भारतात कुणीही हेलिकॉप्टर उत्पादक नाही. तुम्हाला वाटत आहे की, अशा छोट्या वाहनाला - म्हणजे १०० नाविक मैलांइतके कमी अंतर जाण्यासाठी चार आसनी 'हवाई रिक्षा' ला खूप मागणी लाभेल.

आता तुमच्या अंतिम ध्येयाचे, तुम्हाला जे साकार व्हावेसे वाटते, त्या स्वप्नाचे : 'सर्वांत श्रीमंत हेलिकॉप्टर उत्पादक' बनल्याचे मानसिक चित्र तयार करा. त्यामध्ये सर्व तपशील भरा; हेलिकॉप्टरची प्रतिमा, उत्पादन सुविधा, छोटी हेलिपॅडस्,

वाहतुकीला सर्वाधिक वाव असणाऱ्या क्षेत्रातील भूसंपादन, श्रीमंत ग्राहकसमूह इ. एका कागदावर रंगीत चित्र काढा. ते चित्र-तुमची स्वप्नपत्रिका-समोर ठेवा. त्या चित्रावर सर्व ऊर्जा एकवटा. ''विपुल पैसा उपलब्ध आहे,'' ''मी समृद्ध होण्यास लायक आहे '' - अशासारखी प्रतिपादने व तुम्हाला साध्य करावयाची असलेली इतर करिअर उद्दिष्टे, तुमचे दृढ ध्येय साकारणे- याविषयी लिहून काढा. हवे तर याला 'मंत्रजप' म्हणा. 'सर्वांत श्रीमंत हेलिकॉप्टर उत्पादक' बनण्याचे करिअर ध्येय नियमित 'मंत्रजपा' ने तुमच्यात भिनेल. हे ध्येय तुमच्या सुप्तमनावर खोलवर कोरा; परिणामी तुम्ही पाऊल उचलण्यास प्रारंभ कराल, या उपक्रमाची योजना आखाल, साधनस्रोत जमवायला सुरुवात कराल, कौशल्ये आत्मसात करू लागाल आणि निर्मितीची एकूणच प्रक्रिया हळूहळू आकार घेऊ लागेल.

प्रचंड मोठ्या स्तरावरील आरंभ ते सूक्ष्म स्तरावरील कृतिबिंदू - जे तुमच्या स्वत:शीच असणाऱ्या बांधिलकीशी निगडित असतात - या दरम्यानच्या प्रवासात तुम्ही मोजता येण्याजोग्या ध्येयांचे 'लक्ष्य' गाठण्यावर चित्त एकवटलेत की प्रतिपादने अधिक नेमकी होतात.

डॉ. चार्ल्स गॅरफिल्ड यांनी क्रीडा व उद्योग या दोन्ही क्षेत्रांत शिखरावर पोहोचलेल्या लोकांचे विस्तृत संशोधन केले आहे. 'द सेव्हन हॅबिटस् ऑफ हायली इफेक्टिव्ह पीपल' या पुस्तकात स्टीफन कोव्ही यांनी म्हटले आहे की, यांपैकी बहुतांशी सर्वजण अंतिम ध्येये मनात ठेवून प्रारंभ केलेले कल्पनाचित्र-निर्माते आहेत.

सध्या आपण पाहतो की, एकदिवसीय क्रिकेट सामन्यात क्षेत्ररक्षक झेल पकडण्यासाठी उंच झेप घेत असतात. सध्याची ही अपूर्व गोष्ट दक्षिण आफ्रिकेच्या जॉन्टी ऱ्होडसने परिपूर्ण केली आहे. हा सुप्त मनातील कल्पनेचा सरावाच्या मदतीने वास्तवात उतरणारा आविष्कार असला पाहिजे. आता कल्पनाचित्रनिर्मिती व प्रतिपादन या गोष्टी पश्चिमेकडे संशोधन व सराव यांद्वारे तंत्रात रूपांतरित झाल्या आहेत. या तंत्रावरच्या पुस्तकांनी (यांतील सर्वाधिक खपाचे पुस्तक आहे शक्ती गवैन यांचे 'क्रिएटिव्ह व्हिज्युअलायजेशन') पुस्तकालयांतील शेल्फ गच्च भरली आहेत. त्याजोडीला अप्रकट मनाच्या जाणिवा व मज्जासंस्थेच्या भाषाशास्त्राचे 'प्रोग्रॅमिंग' याविषयीच्या ध्वनी व ध्वनिचित्रफिती उपलब्ध आहेत. हा संदेश, शब्दचित्रे व कल्पनाचित्रनिर्मिती यांच्या माध्यमातून सुप्त मनावर लक्ष केंद्रित करण्याचा प्रभावी मार्ग आहे यात शंकाच नाही. आपल्याकडे या विषयावरील पुष्कळ प्राचीन शहाणपण उपलब्ध आहे, पण 'नोवार्तिस'चे वैद्यकीय संचालक डॉ. धनंजय बखले म्हणतात त्याप्रमाणे, ''आपल्याकडे संशोधनाचे शहाणपण अथवा शहाणपणाचे संशोधन नाही.'' आपण अशा प्रकारचे ज्ञान प्रत्यक्ष कार्याच्या अभ्यासातून मिळालेल्या माहितीचा भक्कम आधार पुरवून लोकप्रिय करत नाही. त्यामुळे एखाद्या व्यक्तीने

प्रत्यक्ष कार्य व कृती यांच्या संदर्भात काय करावे, त्याची माहिती उपलब्ध नसते. अशा प्रकारची संशोधनाची पार्श्वभूमी असणारी मार्गदर्शक स्वयं-सहाय्यता पुस्तके म्हणजेच व्यवसायाची एक मोठी संधी असते. तुमच्या एखाद्या मित्राला अशी पार्श्वभूमी व कुवत लाभली असेल, तर त्याला ही कल्पना सांगा.

तुमच्या स्वप्नातला आणखी एक मूलभूत घटक म्हणजे तुम्हाला 'श्रीमंत' उत्पादक बनायचे आहे. त्यासाठी तुम्हाला 'समृद्धी प्रोग्रॅमिंग' करावे लागेल, पण आपण नेमके उलट करतो. आपल्या अपयशाचे नेहमी आढळणारे कारण म्हणजे अभाव प्रोग्रॅमिंग, सोशिकता प्रोग्रॅमिंग, 'दुर्दैव, वाईट कर्म' प्रोग्रॅमिंग. या गोष्टी मानवी मनाची न भरून येणारी हानी करतात. त्यामुळे हे तुमच्या समोरील एक मोठे आव्हान असायला हवे. कल्पनाचित्रनिर्मितीचे तंत्र ठराविक काळ गांभीर्याने अमलात आणावे लागते.

'डीजीपी हिनोदय इंडस्ट्रीज' (लोह खनिज व चुंबक क्षेत्रातील १२३कोटी रुपयांचा उद्योग) व 'डीजीपी विंडसर' समूहाचे कार्यकारी प्रमुख सुधीर टिल्लू कृती-वाटचाल-प्रगती-कामगिरीचे मूल्यमापन युक्त वातावरणनिर्मितीचे कल्पनाचित्र बघत आहेत आणि त्यासाठी त्यांनी एक 'मंत्र' शोधला आहे :

- तिमाही फलनिष्पत्ती
- मासिक प्रगती
- आठवडी घडामोडी
- दैनंदिन कृती

सुधीर पुण्यात 'हिनोदय' मधील व मुंबईत 'विंडसर' मधील त्यांच्या व्यवस्थापकांना अंतिम तारखेची मर्यादा पाळणे ही सवयच बनावी यासाठी हा मंत्र अनुसरण्याचे प्रोत्साहन देत आहेत. तुमच्या करिअरला दिशा देण्यासाठी हा मंत्र अनुसरा, मग तुमची उद्दिष्टे किती वेगाने साध्य होतात ते पाहून तुमचे तुम्हालाच आश्चर्य वाटेल. त्यामुळे जी लय व गती निर्माण होते ती विश्वास ठेवायला कठीण इतकी प्रेरणादायी असते. ती तुमच्या क्षमतांना आव्हान देते व त्यांचा कस बघते.

सर्जनशीलता व आपल्या कार्यक्षेत्रातील कौशल्ये

मी जेव्हा "तुम्ही सर्जनशील आहात" असे ठाम प्रतिपादन करतो तेव्हा, मला तुमच्यामध्ये स्वत:चे करिअर घडवण्याच्या प्रक्रियेत सहभागी होण्यासाठी आवश्यक असणारे निरोगी मनुष्यप्राण्याचे सर्व घटक असतात, असे म्हणायचे असते. तथापि, तुम्ही हे समजून घ्यायला हवे की, सर्जनशीलता केवळ माणसांच्या डोक्यांमध्ये घडत नसते, किंवा ही अधिक चांगल्या स्तराची बुद्धिमत्ता, विकसित अंत:प्रेरणा अथवा तुमच्या मेंदूमध्ये वसलेला ज्ञानप्रकाश वगैरे नसतो. तर, सर्जनशीलता ही तुमचे विचार व तुमचा सामाजिक - सांस्कृतिक संदर्भ यांच्या दरम्यान घडणारी

परस्परक्रिया असते.

समजा तुम्ही टेलिकॉम पदवीधर अभियंता आहात आणि सध्या 'फायबर ऑप्टिक्स' क्षेत्रात कार्यरत आहात. फायबर ऑप्टिक्स व कम्युनिकेशन्स जगताने तुमची तंत्रसंस्कृती बनली आहे. तुम्ही जेव्हा फायबर तंत्रज्ञानामध्ये असे काही शोधून काढाल की, ज्यामुळे तुमच्या मूळ कार्यक्षेत्रात-उदा. अंकगणित-मूल्यवर्धन घडेल, तेव्हा तुमची सर्जनशीलता दिसून येईल. कंपन्यांमध्ये 'कार्यक्षेत्रातील कौशल्ये' हा वाक्प्रचार अशा अर्थाने वापरला जातो. सर्वांत महत्त्वाची कार्यक्षमता म्हणून अंक-गणिताचा पुन्हा वापर करणे हे एक असेच कार्यक्षेत्र (Domain) आहे. मागणी असणारी आणखी कार्यक्षेत्रातील कौशल्ये म्हणजे जीवशास्त्र व रसायनशास्त्र. या कार्यक्षेत्रांना आपापले प्रतीकात्मक नियम व कार्यपद्धती आहेत. आपण जे काही करत आहोत ते नवे व मौल्यवान आहे अशी आंतरिक जाणीव असणे चांगलेच! तुमचे मूलभूत योगदान तुम्हाला भविष्यात तंत्रज्ञान उद्योगाच्या सर्वोच्च स्थानी नेईल.

तुम्ही हुशार, बुद्धिमान, सर्जनशील, अलौकिक व्यक्ती म्हणून ओळखल्या जाल. मी या विशेषणांच्या व्याख्येमध्ये नेमका काय फरक आहे व त्यांच्या कोणत्या अर्थच्छटा आहेत याच्या तपशिलात शिरणार नाही. मी 'सर्जनशील' (Creative) हा शब्द तुम्ही तुमच्या करिअरचे 'निर्माते' (Creator) आहात हे व्यक्त करण्यासाठी वापरत आहे. तुम्ही शिल्पकार आहात. तुमच्या भोवतीच्या वास्तवात - म्हणजे तुमचा सांस्कृतिक संदर्भ - तुम्ही स्वत:साठी जो व्यवसाय शोधता त्यामधून तुमची सर्जनशीलता प्रकट होईल.

तुम्ही सर्जनशील कलावंत अथवा शास्त्रज्ञांशी बोललात, तर ते त्यांच्या संदर्भातील खालील गोष्टी कबूल करतात असे आढळेल :

अ. आम्ही नशीबवान होतो.

ब. सुयोग्य वेळी सुयोग्य ठिकाणी होतो.

क. ठाम चिकटून होतो.

काही माणसे 'अपघात कल' अशा सदरात मोडतात कारण रस्त्याची स्थिती, हवामान, वाहतूक आणि व्यक्तिगत आवडी/अंदाज त्यांना अपघाताकडे ओढून नेतात, तसेच ही माणसे 'नावीन्याकडे कल' अशा सदरात मोडतात. मी पूर्वी सांगितल्याप्रमाणे, लोक तुम्हाला यशस्वी बनवतात, त्यामुळे तुमच्या करिअरच्या जडणघडणीत लोक, उत्पादने व तंत्रज्ञान हे बदलते घटक (Variables) भूमिका बजावत असतात आणि हे घटक बदलते असल्यामुळे तुम्हाला तुमच्या करिअरमध्ये आगेकूच करण्यासाठी, एखादी अपूर्व कल्पना निर्माण करण्यासाठी तुमचे ज्ञान उपयोगात आणावे लागेल. हा मनांचा संघर्ष आहे. उदा. तुम्हाला जर जीवन शास्त्रांच्या उदयोन्मुख व्यवसायामध्ये उत्तम करिअर करायचे असेल, तर तुम्हाला

जीवशास्त्र, रसायनशास्त्र, मज्जातंतुशास्त्र व अंकगणित या विषयांच्या सीमा पार कराव्या लागतील. तुमचे उत्पादन व सेवा यांना प्रवेश मिळवून देण्याचे व्यूह-रचनात्मक धोरण तुमच्या मनात तयार होईल. त्यातूनच तुमच्या कार्यक्षेत्रातील कौशल्यांचा संगम तयार होईल.

आपण जेव्हा म्हणतो की, भारत हा ज्ञान-कर्मचाऱ्यांचे मोठे आगर आहे, तेव्हा तुम्हीसुद्धा यामध्ये समाविष्ट आहात ही गोष्ट विसरू नका कारण तुमच्या विशेष प्रावीण्याच्या क्षेत्रात कार्य करण्यासाठी योग्य असणारी शैक्षणिक पात्रता व कार्य-क्षमतांचा संच तुमच्या ठायी आहे. सर्वोच्च तंत्रज्ञान क्षेत्रात करिअर करण्यासाठी तुम्ही तुमच्या कार्यक्षेत्रातील-मग ते अंकगणित असो वा जीवशास्त्र असो वा दोन्ही असो - मूलभूत ज्ञान आत्मसात केले पाहिजे. एखादा कोलाज चित्रकार केवळ सुप्रसिद्ध व्यक्तींची कारागिरी पुन:पुन्हा पाहून व त्यावर कला-समीक्षकांनी चांगले-वाईट काय म्हटले आहे ते लक्षात घेऊन, सर्जनशील योगदान देऊ शकतो, ही गोष्ट कलाकार मान्य करतात. एखाद्या क्रिकेटरला क्रिकेटविषयीची भरपूर माहिती हवीच आणि खंदे समर्थक कशाला सर्वोत्तम क्रिकेट मानतात, तेही माहीत हवे. हाच नियम कुठल्याही क्षेत्राला लागू होतो.

त्याचप्रमाणे, अपूर्व करिअर घडवण्याच्या दिशेने कार्य करताना, तुम्ही स्वत:चा, उत्पादनांचा, प्रतिस्पर्ध्यांचा, तंत्रविषयक प्रगतीचा 'डाटाबेस'तयार करायला हवा आणि सर्वांत महत्त्वाचे म्हणजे तुम्ही तुमच्या विशेष प्रावीण्यक्षेत्राबद्दल जाणून घ्यायला हवे. त्यानंतर तुम्ही कल्पना निवडण्यास सक्षम व तयार असले पाहिजे ; भंगारातून नेमके हवे ते निवडण्याचा निकष ठरवलेला असला पाहिजे व समोर आलेली चांगली कल्पना तुम्हाला ओळखता आली पाहिजे. 'सिस्टिम मॉडेल्स' चे काम याच प्रकारे चालते.

समजा तुम्ही जमशेदपूरच्या XLRI मधून समाजशास्त्र विषयांत 'मास्टर्स' केले आहे. तुम्ही चाळिशीचे आहात व मध्यम आकाराच्या 'लाईट इंजिनिअरिंग कंपनीत' मनुष्यबळ विभागाचे (HR) उपाध्यक्ष आहात. तुमची औद्योगिक संबंध व पर्सोनेल मॅनेजमेंट या विषयातील आजवरची कामगिरी उत्तम आहे. बहुतेक इंजिनिअर माहिती-तंत्रज्ञान क्षेत्राकडे आकर्षित होत आहेत हे तुम्हाला माहीत आहे. लायक उमेदवारांची नेमणूक व बुद्धिसंपदा टिकवून ठेवणे हा तुमच्या जिव्हाळ्याचा विषय आहे. तुम्ही विचारवंत आहात, संस्थात्मक वर्तन व सामाजिक-सांस्कृतिक परिवर्तन या विषयाचे गंभीर अभ्यासक आहात. ही झपाट्याने बदलणारी परिस्थिती पाहून, तुम्ही तुमच्या कंपनीकडे सर्वोत्तम उमेदवारांना आकर्षित करण्याची हिकमत तत्परतेने दर्शवली पाहिजे. तुम्ही जर ' सिस्टिम मॉडेल' वर काम करत असाल व समाजशास्त्र या तुमच्या कार्यक्षेत्रात सतत आकंठ बुडून असाल तर, त्यातून तुम्हाला 'पुरवठा

शृंखला व्यवस्थापन' सुस्थापित करण्याचा सर्जनशील उपाय सापडेल. तुम्हाला कोणत्या प्रकारची माणसे आवश्यक आहेत, त्यांची माहिती, या लोकांना कुठे व कसे आकर्षित करायचे ते समजेल.

तथापि, तुम्ही सर्वतोपरी प्रयत्न करत असूनही तुम्हाला असे आढळू शकते की, तुमची कंपनी पात्र अभियंत्यांना आकर्षित करणे व टिकवून ठेवणे या संदर्भात प्रतिसाद देत नाहीय किंवा योग्य पावले उचलत नाहीय. तुम्हाला 'लाईट इंजिनिअरिंग' उद्योगातच ही समस्या असल्याचे आढळू शकेल. अशा वेळी तुम्ही या परिस्थितीकडे एक उत्तम संधी म्हणून पाहू शकता - आवश्यक कार्यक्षमता व पार्श्वभूमी असलेल्या लोकांचा पुरवठा करणारी संस्था सुरू करण्याची संधी!

तुम्ही खालील गोष्टींवर आधारित करिअर निर्माण करू शकाल :

अ. मुख्य विषय म्हणून- पुरवठा शृंखला व्यवस्थापनाचे ज्ञान;

ब. विविध कौशल्यसंच शिकण्यासाठी मानवी संसाधन क्षेत्राचा माहितीपाया;

क. शिक्षण पद्धती, संस्था, मार्गदर्शन वर्ग, प्रदेश / राज्य याद्या, इ.

तुम्हाला केवळ आणखी एक नोकरभरती केंद्र सुरू करायचे नाही, अवतीभवती तशी भरपूर केंद्रे आहेत. तुम्हाला प्रशिक्षण 'कन्सल्टन्सी' सुरू करायची नाही. संस्था संस्कृती कर्मचारी धरून ठेवण्यावर कसा परिणाम घडवते याविषयी तुम्हाला उच्च व्यवस्थापनाला व्याख्यान द्यायचे नाहीय. तुम्ही मानवी संसाधन व्यवस्थापक आहात आणि तुम्हाला तुमच्या विशिष्ट उद्योगात ज्ञानकर्मचाऱ्यांच्या सक्षमता निर्मिती प्रकल्पा-साठी हिकमतीने वित्तसहाय्य मिळवायचे आहे. ही गोष्ट कठीण आहे हे मला माहीत आहे, बोलायला सोपी पण करायला अवघड! तथापि, तुम्ही जर ही संधी घेतली नाहीत, तर कुणीतरी दुसरा व्यवस्थापक ती संधी घेईल आणि तुमच्या अनुभवाचा लाभ उठवण्यासाठी तुम्हालाच त्याच्याकडे नोकरीला ठेवेल. त्यामुळे विचार करा. तुमच्या कल्पकतेला ताण द्या, कल्पनाचित्रनिर्मिती करा. काहीतरी उत्तर शोधा. ''तुम्ही सर्जनशील आहात'' असे मी म्हणतो तेव्हा तुम्ही धाडसी व दृढ निश्चयी आहात हे मी गृहीतच धरलेले असते.

धाडसी व दृढ निश्चयी माणूस परिस्थितीचा स्वतःच्या फायद्यासाठी वापर करून घेतो. त्याचे संपूर्ण लक्ष त्याच्या निर्मितीवर एकवटलेले असते. हीच निर्मिती त्याच्या करिअरला आकार देणार असते. जिकडे लक्ष असते, तिकडे ऊर्जा वळते. जिकडे वळणे सर्वांत सोपे तिकडे लक्ष वळते. ते अस्तित्वात असणाऱ्या रचनांमधून जाते. एखाद्या व्यक्तीने सर्वांत कमी प्रतिकार असणारा मार्ग निवडणे स्वाभाविक असते. त्यामुळेच तर आपल्यापैकी बहुतेकजणांनी करिअर घडवण्यासाठी नोकऱ्या व संस्थांच्या अस्तित्वात असणाऱ्या रचनांमधून जाण्याचा मार्ग निवडला. तथापि, या रचना काही काळाने नाश पावतात अथवा त्यांची पुनर्उभारणी होते. दर काही

वर्षांनी पुनर्रचना करावी लागते. त्यामुळे निवडीला जवळपास वाव नाहीच अशी परिस्थिती असते. तुम्हाला तुमच्या विचारांचा प्रवाह बदलावा लागेल. तुम्हाला कल्पना, कृती व कामगिरी यांच्या सुरळीत प्रवाहासाठी नवी 'इन्फ्रॅटिट्यूड' बनवावी लागेल. (इन्फ्रॅटिट्यू ड (Infratitude) म्हणजे 'मनोवृत्तीची पायाभूत संरचना' (Infrastructure of attitudes)

'टेक्नॉलॉजीज फॉर क्रिएटिंग' चे संस्थापक रॉबर्ट फ्रित्झ यांना संस्था, उद्योग व व्यवस्थापन प्रश्नांसंदर्भातील सर्जनशील क्षेत्रात रचनात्मक चलनशास्त्रावर काम करत असताना तीन गोष्टींचे ज्ञान मिळाले. त्याविषयी त्यांनी 'द पाथ ऑफ लीस्ट रेझिस्टन्स' या पुस्तकात लिहिले आहे.

१. **तुम्ही एखाद्या नदीसारखे असता. तुम्ही जीवनात कमीत कमी प्रतिकार असणारा मार्ग निवडून मार्गक्रमण करता.** सर्वच मनुष्यप्राणी असे करतात, निसर्गही तेच करतो. तुम्ही खाण्याच्या सवयी, कार्यपद्धती, नातेसंबंध, जीवनविषयक वृत्ती या गोष्टी बदलून जीवनप्रवाह बदलण्याचा प्रयत्न करता, पण तुम्हाला यामध्ये तात्पुरते यश लाभते - तुम्ही तुमच्या मूळच्या वर्तनावर व वृत्तीवर परत येता कारण तुमच्या जीवनाच्या कपाळी कमीतकमी प्रतिकाराचा मार्ग अवलंबण्याचे लिहिलेलेच आहे.

२. **तुमच्या जीवनाची पायाभूत रचना कमीतकमी प्रतिकाराचा मार्ग ठरवते.** गंगा किंवा ब्रह्मपुत्रा या नद्यांच्या आजूबाजूच्या परिसराने, माणसांनी कुठे राहायचे व गाईंनी कुठे चरावे हे ठरवले कारण नदीपात्राने पाण्याचा प्रवाह ठरवला होता आणि पाण्याने कमीत कमी प्रतिकाराचा मार्ग निवडला. हा सर्वांत स्वाभाविक मार्ग आहे. जर नदीपात्र बदललेच नाही तर, पाणी उसळून आजूबाजूला सर्वत्र पसरून विध्वंस करेल. आपण वर्षानुवर्षे ही दुर्दैवी घटना पाहात आहोत.

३. **तुम्ही तुमच्या जीवनाच्या पायाभूत रचनेचे मूलतत्त्व बदलू शकता.**

अभियंते प्रदेशाची रचना बदलतात व त्यायोगे नदीचा मार्ग बदलतात. त्यानंतर नदी त्यांना हव्या त्या मार्गाने वाहते.

फित्झ तात्पर्य सांगतात, "तुम्हाला खरोखर जे निर्माण करायचे आहे ते करण्यासाठी तुमच्या जीवनपटावरील रचना ओळखायला आणि त्या बदलायला शिका."

व्यावहारिक सर्जनशीलता

तुम्ही 'सॉफ्टवेअर ॲप्लिकेशन इंजिनिअर' असाल तर, 'इन्फोसिस' चे नारायण मूर्ती, 'माईंड ट्री' चे अशोक सूता, 'HDFC' चे दीपक पारेख, 'CSIR' चे डॉ.माशेलकर, 'हॉटमेल' चे सबीर भाटिया, 'इन्डस आंत्रप्रेन्युअर'चे कंवल रेखी, 'सन फार्मा'चे दिलीप संघवी, 'ऑर्किड केमिकल्स अँड फार्मास्युटिकल्स'चे के.राघवेंद्र राव, या आणि अशा हजारो लोकांनी व्यावसायिक कार्याच्या माध्यमातून त्यांची

करिअर्स कशी सर्जनशीलतेने आखली आहेत, याचा अभ्यास करा. 'माईंडवेअर' शी निगडित उद्योगामध्ये, त्यातील कार्यात ज्ञानाचा हुशारीने वापर आवश्यक असतो. त्यासाठी वृद्धिंगत सर्जनशीलतेची आवश्यकता असते, जिचा केवळ मनोवृत्तीच्या पायाभूत संरचनेतील म्हणजेच 'इन्फ्रॅटिट्यूड' मधील बदलाने संचय घडवता येतो. मला तुमची सध्याची सगळीच विचारसरणी निरुपयोगी आहे असे म्हणायचे नाही, पण जेव्हा तुम्हाला 'आतून' प्रतिकार जाणवेल तेव्हा स्वत:लाच स्वत:च्या प्रामाणिक श्रद्धा, वैचारिक आकृतिबंध, सवयी यांविषयी प्रश्न करा. 'ब्रेनवेअर' हे सॉफ्टवेअर आहे. ॲप्लिकेशन इंजिनिअर या नात्याने कदाचित तुम्हाला तुमची तार्किक, गणिती, अवकाशविषयक हुशारी मेंदूच्या भाषाशास्त्रीय प्रज्ञा व इतर सॉफ्टवेअर्सच्या बाबतीत वापरणे सोपे वाटेल. कार्यक्षेत्रातील अशा प्रकारच्या अंतर्गत कार्यक्षमतेच्या वापराने तुमची नेता बनण्याच्या दृष्टीने जडणघडण होईल. तुम्ही तुम्हाला हवे ते करिअर घडवण्याच्या कल्पनेने झपाटलेले असाल तर, प्रश्नांची उकल करण्यावर लक्ष केंद्रित असणारी व्यक्ती या नात्याने तुम्ही तुमच्या जीवनपटावरील रचनेत आवश्यक ती सुधारणा कराल.

तुम्ही तुमच्या मानसिक प्रदेशातील माहिती संकलन करण्याच्या आवश्यकतेमागचे हे मूलभूत कारण आहे. तुम्ही तुमचे वैचारिक आकृतिबंध, सवयी, नातेसंबंध या गोष्टी समजून घेतल्याखेरीज तुम्ही तुमची मनोभूमिका बदलून, स्वत:ला हवे ते करिअर निर्माण करू शकत नाही. तुम्ही ज्ञानक्षेत्रातील कर्मचारी असल्यामुळे तुम्ही हे करू शकता.

ज्ञानाधिष्ठित उद्योगाने अखेर दर्शवले आहे की, ज्ञानदेवता सरस्वती व धनदेवता लक्ष्मी भिन्न नाहीत. ज्ञान हे ज्ञानासाठी मिळवायचे असते, ते 'स्व' ची अधिक ओळख करून देते व अखेर स्वत:चेच यथार्थ ज्ञान घडवते, ही चुकीची कल्पना नेहमी दिसते. त्याच वेळी, संपत्तीनिर्मिती इष्ट मानली जात नाही कारण, संपत्ती चंचल असते; संपत्तीवान माणसाला तिचा विनियोग वाईट कारणांसाठी करण्याची सवय जडते; आणि संपत्ती त्याला चरित्रविहीन करते व आत्मज्ञानाच्या मार्गापासून दूर नेते, असे मानले जाते. हे दोन्ही मार्ग परस्परांना मिळत नाहीत, अर्थात ते मिळूही नयेत. तथापि, अखेर या वादावर पडदा पडला आहे. तंत्रज्ञानाने 'ज्ञाना' कडे 'संपत्तीनिर्मिती'ची सूत्रे सोपवली आहेत. 'कार्य' या शब्दाची व्याख्याच बदलली आहे.

आता सर्जनशील 'स्व' ला तक्रार करायचे काहीच कारण नाही ; त्याला समपातळीचे क्षेत्र मिळाले आहे. तुम्हाला हवे ते करिअर घडवण्यासाठी आव्हानात्मक कामगिरी आहे. ज्या काळी 'ज्ञानक्षेत्रातील कर्मचारी' अशा बिरुदाची वर्गवारी नव्हती तेव्हासुद्धा सर्जनशील व्यक्तींनी नामांकित करिअर्स घडवली आहेत. आपण काही वैशिष्ट्यपूर्ण स्वभावविशेष पाहू.

सर्जनशील व्यक्तींचे स्वभावविशेष

परस्परविरोधी गुणवैशिष्ट्ये दर्शवणे हा सर्जनशील व्यक्तींचा ठळक स्वभावविशेष असतो.

१. आक्रमकता व सहकार्य वृत्ती : दोन्ही परस्परक्रियेत एकदम व एकाच अथवा भिन्न वेळी. उदाहरणार्थ, विक्री व्यवस्थापक कार्यालयात आक्रमक असू शकतो, पण ग्राहकांशी सहकार्यपूर्ण असतो.

२. ते एका टोकापासून दुसऱ्या टोकाकडे लंबकासारखे आंदोलन घेतात. ते दोन्ही बाजूंच्या टोकाच्या अनुभवांची मजा घेतात. अपयशाची भीती व यशाचा आनंद.

३. शारीरिक ऊर्जा प्रचंड परंतु अंतर्यामी बहुतेकवेळा निवांत असतात. ते हाती घेतलेल्या कामात त्याची लय ओळखून त्यानुसार सर्व ऊर्जा एकवटतात आणि नंतर चिंतनासाठी अलिप्त होऊन बाजूला होतात.

४. चिवटपणे पाठपुरावा करण्याची वृत्ती, सहनशीलता, चिकाटी, शिस्त आणि विशिष्ट प्रमाणात आनंदी वृत्ती ही सर्व गुणवैशिष्ट्ये अस्तित्वात असतात.

५. एका बाजूला कल्पकता व काल्पनिकता यांतील पर्याय निवडण्याची क्षमता असते व दुसऱ्या बाजूला, वास्तवाचे भान असते. फक्त कलावंत, कवी, शास्त्रज्ञ व संगीतकार यांनाच हा विशेष हक्क आहे असे समजले जाते. पण नाही, व्यवस्थापक व उद्योगपतींमध्येही ही क्षमता असते, तीसुद्धा लिंगभेदातीत.

६. बंडखोर व स्वतंत्र ; तरीसुद्धा ते त्यांच्या कार्यक्षेत्राच्या संस्कृतीत उत्तमरीत्या प्रस्थापित असतात. CSIRचे डॉ. माशेलकर 'केमिकल इंजिनिअर' आहेत पण त्यांच्या स्वतंत्र व बंडखोर बाण्याने ते ज्ञानाच्या सर्व शाखांत धडक मारत आहेत. त्यांनी स्वत:चे कार्यक्षेत्र सोडलेले नाही, तर त्यांनी त्यांच्या कार्यक्षेत्राच्या परिघाच्या मर्यादांपलीकडे स्वत:ची क्षितिजे विस्तारली आहेत.

७. एकाचवेळी अभिमानी व नम्र, कारण त्यांना त्यांच्या यशात योगायोगांनी बजावलेल्या भूमिकेची जाणीव आहे, व त्यांच्या पूर्वसुरींनी दिलेले भव्यदिव्य योगदानही माहीत आहे. ते गतकाळावर चिंतन करत बसण्यापेक्षा भविष्यावर लक्ष केंद्रित करतात. माझा संपर्क आलेल्या सर्व उद्योगनिर्मात्यांमध्ये मला हे परस्परविरोधी गुणविशेष अगदी विपुल प्रमाणात दिसले; खरे तर विनम्रतेकडे अधिक झुकलेले. पश्चिमेकडे असे दिसत नाही.

'क्रिएटिव्हीटी' या पुस्तकात लेखक मिहाली झेकझेनमिहाल्यी या बहुगुणी मनुष्यप्राण्याविषयी म्हणतात, "त्यामुळे कार्यक्षेत्रामध्ये बदल घडवण्यासाठी टिकून राहणारी विलक्षण गोष्ट म्हणजे दोन विरुद्ध ध्रुवांवर कार्यरत राहू शकणाऱ्या व्यक्तीचे कार्य होय, आणि अशा माणसाला आपण 'सर्जनशील' म्हणतो."

तुमच्या सगळ्या वैयक्तिक तऱ्हांसह अजूनही तुम्ही अपूर्व करिअरचे 'सर्जनशील' कलावंत बनण्यास पात्र आहात. परस्परविरोधी गुणवैशिष्ट्ये तुमचे करिअर यशस्वी बनवण्याच्या शक्यता दडपून टाकत नाहीत, पण त्यांचे अस्तित्व हा करिअर घडवण्याचे 'प्रवेशपत्र'ही नव्हे. तुम्ही वित्त संचालक,मार्केटिंग संचालक, मुख्य संपादक, उत्पादन व्यवस्थापक, दर्जा निश्चिती व्यवस्थापक, अध्यक्ष, अमर्याद सर्जनशील उपाययोजक, प्रसारमाध्यम संचालक, शिपिंग संचालक, भारतीय औषध कंपनीचे संशोधन व विकास संचालक अथवा नामांकित हवाईसेवा कंपनीचे व्यापार संचालक ... कुणीही असा, तुम्ही नवबुद्धिवंतांनी ओळखले पाहिजे की, आपल्याला महत्त्वाकांक्षेची विशिष्ट झेप आवश्यक आहे. कीर्तिसंपन्न करिअर्स घडवण्यासाठी कल्पनेच्या डावपेचात्मक सामान्य भराऱ्या उपयोगाच्या नाहीत, त्यासाठी झपाटलेली मने हवीत.

नवउपक्रमशीलतेचे झपाटलेपण

पुण्याच्या 'इलेक्ट्रॉनिका' कंपनीचे कार्यकारी संचालक-प्रकाश रत्नपारखी यांनी त्यांच्या करिअरच्या प्रारंभी दोन वर्षे स्पार्क इरोजन मशीन तयार करण्यात घालवली. त्यांना ६६ वेळा अपयश आले, पण त्यांनी हार मानली नाही. त्यांच्या चिवटपणे पिच्छा पुरवण्याच्या वृत्तीला अखेर फळ आले. हे नवउपक्रमशीलतेचे झपाटलेपण होय.

दीपक पारेख यांची अल्पउत्पन्नगटांना परवडण्याजोगी गृहकर्जे उपलब्ध करून देण्याची बांधिलकी अनुकरणीय होती. हे कार्याला समर्पित असण्याचे असामान्य उदाहरण आहे.

डॉ. वर्गीस कुरियन यांनी ध्येयनिष्ठ वृत्तीने, अकरा महिन्यांत डेअरी उभारणीसाठी व्यूहरचनात्मक धोरणे ठरवली, 'दुधाचा महापूर' योजनेचे व्यवस्थापन केले, १९७० साली राष्ट्रीय दुग्धजाळ्याद्वारे ७०० खेडी व गावांतील ग्राहकांपर्यंत दूध पोचवण्यास मदत केली, आणि दुग्धोत्पादन विकास व शेतकऱ्यांच्या सहकारी संस्थांचे 'नेटवर्क' तयार करण्यासाठी भारताच्या २२ राज्यांत १७५ डेअऱ्यांच्या उभारणीत पुढाकार घेतला. ('द अमूल इंडिया स्टोरी' या पुस्तकात लेखिका रूथ हेरेडिया यांनी या चलत्नाट्याचा विलक्षण आढावा घेतला आहे ; हे पुस्तक वाचा.)

रत्नपारखी, पारेख व कुरियन यांच्यासारखे सर्जनशील निर्माते तीन प्रमुख गुणवैशिष्ट्ये दर्शवतात : नवउपक्रमशीतेचे झपाटलेपण, आपल्या कार्यामध्ये असामान्य समर्पितवृत्ती व सर्वांत महत्वाचे म्हणजे, 'संप्रेरक धोरणे' (Catalytic Strategies). अशा व्यक्ती निराळा मार्ग बनवण्याच्या कल्पनेने भारलेल्या असतात. हा त्यांच्या आस्थेचा मध्यवर्ती विषय असतो. त्यांची मनोभूमिका प्रश्नांची उकल शोधण्याची असते, त्यामुळे ते उकल करण्यासाठी प्रश्नांच्या शोधात असतात. ती अशा प्रश्नांवर प्रभुत्व मिळवण्याची प्रेरणा असतो. खऱ्या आयुष्यातील सर्जनशीलता

अभ्यासासाठी निवडलेल्या विषयाला संपूर्णत: वाहून घेण्याने साध्य होते.

'द पॅशनेट माईंड' या पुस्तकात लेखक मायकेल शूल्मन म्हणतात - नवजात अर्भके व नोबेल पुरस्काराचे मानकरी, दोन्हीही, चार समान गोष्टी शोधत असतात :

- काय चालले आहे?
- कशातून काय घडते?
- गोष्टी कशामुळे घडतात?
- कशावर ताबा ठेवता येतो?

आपल्या करिअरचा मार्ग शोधण्याच्या प्रयत्नात आपण आत्तापर्यंत याच रचनात्मक घटकांचा विचार करत आलो आहोत.

काय चालले आहे? : आपल्या आत व बाहेर, सारखेपणा, आकृतिबंध व भेद ओळखणे. तुमच्या विचारप्रक्रियेतील आकृतिबंधांचा शोध तुम्हाला नोकऱ्यांच्या दुष्काळाचे करकरीत वास्तव आणि कार्यसंधींचा धमाकाही दाखवतो.

कशातून काय घडते? : घटनांमधली सूत्रबद्धता. नोकरीविहीन अवस्थेचा परिणाम म्हणून घडणारा जाणिवेच्या स्तरावरील बदल (Paradigm Shift) त्यायोगे नव्या कार्यसंधी निर्माण होत आहेत, 'नोकऱ्यां' च्या ऐवजी 'कार्य'.

गोष्टी कशामुळे घडतात? : सहजसंबंध प्रस्थापित करणे - एकविसाव्या शतकातील प्रश्नांची उकल करण्यावर केंद्रित मनोभूमिका व त्याजोडीने 'शोधकौशल्यां' वर मुख्य भर हे समीकरण तुम्ही कसे निष्णात बनला आहात ते सांगते व तुम्हाला संधी हेरून, यशस्वी करिअर घडवण्यास मदत करते.

कशावर ताबा ठेवता येतो? : मी काय घडवू शकतो? तुमचा आव्हानांना मिळणारा हुशारीचा प्रतिसाद तुमच्या फायद्यानुरूप वळवता येऊ शकतो.

बाह्य घटना भावना उचंबळवतात. आपण अपमानाची जाणीव झाल्याखेरीज संतापत नाही. तथापि, कृतीला स्वयंस्फूर्त गुण असतात. ती हेतुपुरस्सर असते. अनुभवाचा प्रभाव पडतो पण निर्णायक कृती घडते. जीवशास्त्रीय व मानसशास्त्रीय यंत्रणेमुळे आपल्यात प्रेरक शक्ती असतेच. वेस्ट इंडिजचा अद्‌भुत क्रिकेटवीर— विव्हियन रिचर्डस् बुद्धिवान भारतीय खेळाडू सामने हरतात ही गोष्ट पाहून विस्मयचकित झाला होता. त्याच्या मते, ऑस्ट्रेलियन खेळाडूंनी क्रिकेटची 'घणाघाती' कला विकसित केली आहे ; आणि भारतीय खेळाडू तिच्या भक्ष्यस्थानी पडतात. त्यांनी कणखर व्हायला हवे.

आपल्याकडच्या अनेक फलंदाजांनी घणाघाती हल्ल्यानंतर विकेट गमावल्या आहेत. यासाठी देहबोली, नजर यांतून योग्यरीत्या प्रतिसाद देण्याचे कौशल्य लागते, पण पुढचा चेंडू येतो, तेव्हा त्याची 'दिशा' ओळखून वागावे लागते व

त्यानुसार खेळावे लागते. कारण, करिअर धावा जमा करण्यात आणि वेगाने धावा करण्यात असते. त्यातून फलनिष्पत्ती घडावीच लागते. अशा प्रकारे, बाह्यरीत्या उद्दीपित भावना व क्षणोक्षणी हाताशी असणारे काम करण्यासाठी घडणारी आंतरिक कृती या दोन्हींना देण्याच्या प्रतिसादातील अचूकता ह्या 'गोष्टी कशामुळे घडतात?' या मुद्याचा महत्त्वपूर्ण घटक असतो. करिअरची यशस्विता कृतीच्या गतीमध्ये दडलेली असते. 'द स्पीड ऑफ थॉट' या पुस्तकात 'मायक्रोसॉफ्ट' च्या बिल गेटस् नी हेच सांगितले आहे.

समजा, एखादा ग्राहक तुमच्या उत्पादनातील गळतीमुळे त्रस्त आहे. अशावेळी त्याला दोन्ही आघाड्यांवर सारखाच प्रतिसाद मिळायला हवा :

अ. त्याचे दिलगिरी वगैरे व्यक्त करून समाधान करणे ; आणि

ब. अभियंत्याला ताबडतोब धाडून गळती बुजवून, पुन्हा असा प्रकार न घडण्याची खातरजमा करणे.

आपले व्यवस्थापक व सेवा देणारे लोक बहुतेकवेळा या दोन्ही गोष्टींत अपयशी ठरतात, तेसुद्धा 'ग्राहकसेवा' या विषयांवरच्या कंपनीच्या परिषेदेला हजर राहूनही! हा व्यवस्थापनाच्या कमतरतांमधला एक कायमस्वरूपी घटक आहे : हे कृतीच्या संदर्भातील बेफिकीर वृत्तीचे जाहीर प्रकटन असते - ग्राहकाला 'राजा' समजणे वगैरे दूरच, पण त्याच्याकडे संपूर्णत: दुर्लक्ष होते. पण लक्षात ठेवा, तुम्ही इंजिनिअर आहात, कृतीचे उद्गाते! तुम्ही जर कृती घडवली नाहीत, तर तुमच्या गुणपत्रिकेवर 'कामगिरी' च्या रकान्यात काहीच गुण येणार नाहीत. कदाचित हे गुणसंकलन कुणी करणारही नाही, पण तुम्ही जर बरेच नकारात्मक गुण -'कर्म'- गुण गोळा केलेत, तर काही काळाने तुमचे करिअर त्याची दिशा हरवून बसेल. फलनिष्पत्तीचे कल्पनाचित्र पाहण्याचा तुमच्या करिअरच्या भवितव्यावर ठळकपणे प्रभाव पडत असतो. तुम्हाला स्वत:चे वर्तन ठरवण्याचे पर्याय उपलब्ध आहेत.

सुनील गावस्करने तुफानी वेगवान गोलंदाजीसमोर डावपेचात्मक कौशल्य दर्शवले. त्याने वेस्ट इंडिजच्या वादळी गोलंदाजांना तोंड देताना जो आत्मविश्वास टिकवून ठेवला होता, ते दृश्य किती प्रेक्षणीय होते! अशा प्रकारचे आत्मविश्वासाचे प्रदर्शन हा सर्जनशीलतेचा पूर्वाकांक्षित घटक असतो. मी अशा प्रकारची सर्जनशीलता दर्शवणारे व्यवस्थापक पाहिले आहेत. संपावर जाण्याची धमकी देत घेराव घालणाऱ्या कर्मचाऱ्यांसमोर त्यांचे हे कौशल्य प्रगट झालेले मी पाहिले आहे. 'आत्मविश्वास' म्हणजे 'संयमाच्या आंतरिक बिंदूमार्गातून' अथवा 'मी विचार करतो, मी करू शकतो' या वृत्तीतून उचंबळणाऱ्या भावनांवर ताबा ठेवण्याची क्षमता होय.

ही आत्मविश्वाससंपन्न वृत्ती अथवा आजूबाजूच्या परिस्थितीवर प्रभुत्व मिळवण्याचे कौशल्य आपण बालपणी - खेळांत, कोडी सोडवताना, ठोकळे जुळवताना,

गोष्टींचे मिश्रण करताना, त्या वेगळ्या करताना - शिकत असतो. ते लक्षपूर्वक व सरावाने आत्मसात करत असतो. त्याखेरीज आपण वाचनातूनही शिकतो. आमचे घरात अथवा शाळेत तशा प्रकारचे पालनपोषण झाले नाही अशी तक्रार करू नका. तुमचे तशा प्रकारे पालपोषण झाले नसेल तर, तुम्ही ज्या कशाला मुकला आहात - ते शिकायला, म्हणजेच आत्मविश्वास अंगी बाणवायला प्रारंभ करा.

प्रकाश रत्नपारखी म्हणतात, "तुम्हाला उणिवेची जाणीव करून दिली आहे ती एका 'ऊर्जे'ने. या ऊर्जेचा उपयोग तुम्ही ती उणीव दुरुस्त करण्यासाठी केला पाहिजे' 'मी चांगला आहे, माझे आईवडील चांगले नाहीत.'- अशा खापर फोडण्याच्या कामी ही ऊर्जा वाया घालवता कामा नये."

तुमचे कोणतेही व्यावसायिक सामर्थ्य अथवा उणिवा याविषयीची तुमची जाणीव हा तुमच्या सामर्थ्यांच्या तरफबळाच्या वापर करून घेण्यासाठी वा उणिवांवर मात करण्यासाठी, तुम्ही घडवणार असलेल्या कृतीच्या शोधप्रक्रियेचा आरंभबिंदू आहे.

तुमच्या सामर्थ्यांच्या तरफबळाचा वापर करून घेण्यासाठी वा उणिवांवर मात करण्यासाठी तुमची जी शोधप्रक्रिया सुरू असते, तिचा, तुमची तुमच्या व्यावसायिक सामर्थ्ये वा उणिवांविषयीची सजगता हा आरंभबिंदू असतो.

तुम्ही व्यवस्थापक आहात हे विसरू नका. व्यवस्थापक म्हणजे फलनिष्पत्ती घडवण्यासाठी साधनस्रोत व नातेसंबंध यांची व्यवस्था सांभाळणारी व्यक्ती. 'मॅनेजर' या इंग्रजी शब्दाच्या अक्षरांतच त्याचा अर्थ दडला आहे.

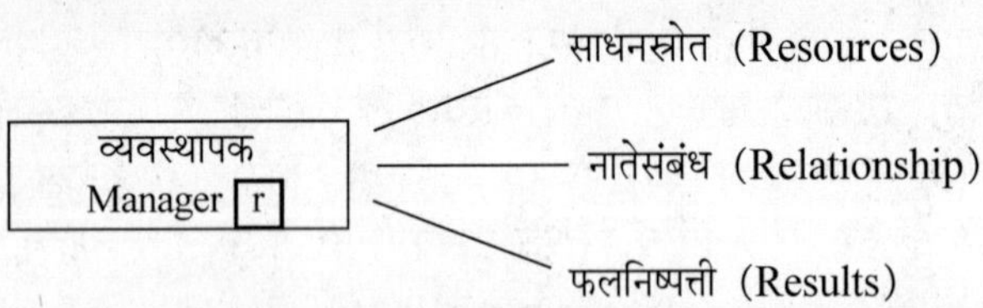

तुम्ही तुमच्या करिअरचे व्यवस्थापक आहात. तुमच्याकडे असणारे साधनस्रोत म्हणजे : तुमची SWOT विषयकमाहिती, ट्रान्स्फरेबल स्किल्स, नातेसंबंध व आजवर साध्य केलेली फलनिष्पत्ती. या सगळ्या विषयांच्या संदर्भातील तुमच्या कृतींची यादी करा व तुमच्या करिअरला आणखी चालना देण्यासाठी कशाची आवश्यकता आहे ते शोधून काढा. कदाचित तुम्हाला तुमचे भवितव्य सुधारण्यासाठी 'डिझायनिंग' कौशल्यांची गरज असू शकेल. तुम्ही वाणिज्य पदवीधर असाल तर तुमच्या एखाद्या डिझाईन इंजिनिअर वा वास्तुविशारद मित्राशी सल्लामसलत करा, तुमच्या करिअरच्या संदर्भात नव्हे, तर तो त्याच्या व्यवसायात काय करतो त्याविषयी

चर्चा करा. या विषयावरील काही प्राथमिक पुस्तके वाचा व त्यातील तत्त्व तुमच्या करिअर शोधप्रकल्पात रुजवा. आपले करिअर कसे आखावे व त्याचे धोरणीपणे व्यवस्थापन कसे करावे याविषयी तुम्हाला काही थक्क करणारे सूचक मुद्दे मिळतील. तुम्ही डावपेचतज्ज्ञ व्यक्तीची मनोभूमिका विकसित केली पाहिजे. अशी मनोभूमिका सखोल विश्लेषणाखेरीज काही कामाची नसते - ती ध्येयपूर्तीसाठी सखोल विश्लेषणातून मिळणाऱ्या ज्ञानावर अवलंबून असते. विचारप्रक्रिया तर्कशुद्ध असण्यापेक्षा अंत:प्रेरणेशी निगडित असते. पण तुम्ही व्यवहारी बना. लोकप्रिय मानसशास्त्र अथवा 'उजव्या - डाव्या मेंदूला नेमून दिलेली कार्ये व त्यांची क्षमता' असल्या सिद्धान्तांच्या मागे लागू नका. सर्जनशील लोक 'उजव्या मेंदू' चे असतात हे सिद्ध करण्यास कसलाही पुरावा नाही, त्यामुळे मेंदूच्या उजव्या गोलार्धाला प्रशिक्षित करण्याच्या तथाकथित 'विशेष तंत्रां' पासून सावध राहा.

एव्हाना तुमच्या लक्षात आले असेल की, तुम्ही सुयोग्य व्यवसाय शोधण्याची जबाबदारी घेण्याइतपत सर्जनशील आहात. समजा तुम्हाला काही अडचण आली, तर हे प्रकरण पुन्हा वाचा. सुयोग्य करिअर शोधणे हे अनुरूप जीवनसाथी मिळण्याइतकेच कठीण असते. जर परिस्थिती अवघड बनली आणि आपले सगळे जिणे असह्य झाले तर जीवनसाथी बदलता येतो, तशाच प्रकारे व्यवसायसुद्धा काही वेळा बदलता येऊ शकतो, पण तुमची 'धरसोड करणारा' किंवा 'हॉपर' अशी प्रतिमा निर्माण होईल इतके वेळा नाही. म्हणतात ना, ''रोलिंग स्टोन्स गॅदर नो मॉस.'' म्हणजेच, जो आपला उद्योग वारंवार बदलतो, तो जीवनात यशस्वी होत नाही. अशाने भक्कम करिअरला विरोधच होईल. वस्तुत:, अर्थपूर्ण व यशस्वी करिअर तुम्ही शोधलेल्या व्यवसायातील कर्तबगारीच्या महत्त्वपूर्ण संचयावर आधारलेले असते. तुम्हाला तिथे पोहोचायचे आहे हे मला माहीत आहे. तुम्ही जे शिकलात ते प्रत्यक्ष वापरात आणण्याद्वारे तुम्ही व्यावसायिक एकात्मकता (Vocational Integration) कशी साध्य करू शकता, ते आपण पुढल्या प्रकरणात पाहू.

◆

तुम्ही जे शिकलात त्याचा प्रत्यक्षात वापर करा

तुम्ही जे शिकला आहात, त्याचा प्रत्यक्षात वापर करण्याची वेळ येऊन ठेपली आहे, नाहीतर आपल्या या यात्रेचा अर्थच हरवून जाईल. आपण भारतीय लोक ज्ञानसंपादनाच्या बाबतीत श्रेष्ठत्व प्राप्त करतो. आपण कल्पना निर्माण करण्याच्या बाबतीतही अजिंक्य आहोत. तथापि आपली ही कल्पनानिर्मिती योजना, लक्ष्य व ही कल्पना प्रत्यक्षात उतरवण्याची अंतिम वेळमर्यादा (Deadline) या गोष्टी कागदावर सुस्पष्ट मांडण्यातील आपली असमर्थता - कदाचित अनिच्छा वा कौशल्यांचा अभाव - यामुळे आपली प्रगती खुंटलेली आहे. त्यामुळे आपली प्रचंड कल्पनाशक्ती वाया जाते. आपल्याला आपल्या या बुद्धिमान कल्पनांसाठी शाबासकीची थाप मिळते. आपल्याला बरे वाटते, पण तेवढेच!

पण तुम्हाला तसे करायचे नाही कारण त्यामुळे तुम्हाला कसलाच लाभ होत नाही. तुमच्या करिअरचा विकास होत नाही. खरे तर, तुम्ही तुम्हाला मिळणाऱ्या शाबासकीमुळे आत्मसंतुष्टीत मग्न राहता. आपण या प्रकरणामध्ये, तुम्ही या सापळ्यातून कसे बाहेर पडू शकता व तुमच्या हिताच्या गोष्टी कशा आचरणात आणू शकता, ते पाहणार आहोत. आजवर तुम्ही जे काही शिकला आहात, त्यावरून तुम्हाला कोणत्या गोष्टी व त्या कशा आचरणात आणायच्या ते कळेल.

एक नजर आजवर शिकलेल्या गोष्टींवर. आपण प्रकरण १ ते ६ मध्ये खाली गोष्टी जाणून घेतल्या :

* 'नोकरी' (Job) हे सामाजिक साधन होते, ते चिरस्थायी नाही.

* कामाचे 'तात्पुरतेपण' ही अटळ गोष्ट बनली आहे.

* नोकऱ्या नष्ट झाल्या असल्या तरी, तुम्हाला अर्थपूर्ण करिअर घडवण्यासाठी भरपूर काम व संधी उपलब्ध आहेत.

* 'जॉब' करिअर्स ते 'वर्क' करिअर्स असे परिवर्तन घडले आहे. उद्योजक, ठराविक वेळ नेमलेले काम (Flexi-time, Flexi-Job), तिसरे करिअर - हे क्षेत्र खुले आहे.

* तुम्ही नऊ - ठिपक्यांचे कोडे सोडवले आहे, एकविसाव्या शतकातील मनोभूमिका व तिची गुणवैशिष्ट्ये यांची रूपरेषा पाहिली आहे. तुम्ही चौकटीबाहेर पडला आहात.

* तुम्हाला स्वत:चाच सूक्ष्म तपशीलवार अभ्यास करण्यास निदान - साधने साहाय्य करतात.

* तुमच्या क्षमता, उणिवा, वैचारिक आकृतिबंध, वेळेचा विनिमय व सवयी यांच्या संदर्भातील ठोस माहितीच्या आधारे केलेल्या आत्म-विश्लेषणामुळे तुम्हाला स्वत:विषयी बरीच माहिती समजेल.

* तुम्ही तुमची सर्वांत महत्त्वाची जमेची बाजू असणारी - ट्रान्स्फरेबल स्किल्स शोधून काढली आहेत.

* तुम्ही तुम्हाला जे करिअर घडवायचे आहे, त्याचे आधारस्तंभ शोधले आहेत.

* आता तुम्ही तुमचे करिअर आखण्यास सज्ज आहात.

* कामाची गुणवैशिष्ट्ये व स्पर्धेने निर्माण केलेली सक्ती यांमुळे तुम्हाला करिअरला चालना देणाऱ्या सुयोग्य डावपेचांच्या मदतीने स्वत:चे मार्केटिंग करणे आवश्यक आहे.

* यशाचा पाया 'नेटवर्किंग' मध्ये आहे हे तुमच्या ध्यानात आले आहे.

* तुम्ही तुमच्या सामर्थ्यांच्या तरफबळाचा वापर करण्यासाठी सुयोय कौशल्यसंच विकसित करण्याची तंत्रे आत्मसात केली आहेत.

* तुमच्या कार्यक्षेत्रातील तुमच्या सुप्त कौशल्यांपर्यंत पोहोचण्यासाठी सर्जनशील प्रक्रियेत नैपुण्य मिळवण्याची गरज तुमच्या लक्षात आली आहे.

* तुमची पद्धतशीर व शिस्तबद्ध मार्गाने तुम्हाला सुयोग्य व्यवसाय शोधण्याच्या कामी झपाटून गोवणूक असणे आवश्यक आहे.

पुन्हा सांगतो, साधनांच्या पद्धतशीर उपयोगाद्वारे केलेल्या 'निदाना' खेरीज तुम्ही 'स्वत:'ला अचूक ओळखण्याच्या अवस्थेपर्यंत पोहोचू शकत नाही ; एकदा तुम्ही असे तपशीलवार काम हाती घेतलेत की, तुम्ही कसल्याही फसव्या बाबींना थारा देणार नाही. तुम्ही स्वत:शीच प्रामाणिक राहाल. आता तुम्हाला आपण 'स्वत:'ला ओळखतो असे वाटायला हरकत नाही. तुम्हाला तेच हवे होते. तुम्हाला स्वत:विषयी काही गोष्टी ठाऊक नव्हत्या व आता तुम्हाला आणखी शिकायचे आहे, हे कबूल करण्याची तुम्हाला लाज वाटणार नाही. अर्थपूर्ण करिअरचा इमला रचण्यासाठी हे पायाभूत ज्ञान मिळवणे ही मूलभूत कृती आहे. तुम्ही सुरक्षित नोकऱ्यांच्या उरल्यासुरल्या गटातले एक असलात तरीसुद्धा शिडी चढण्यासाठी

अशा प्रकारच्या स्व-अभ्यासाची आवश्यकता असते, जरी ते कितीही लहान झाले असले तरी. मनोज तिरोडकर म्हणतात, "जर बदल हे एकमात्र स्थिरपद असेल तर शिकत राहणे व ऐकत राहणे ही अन्य स्थिरपदे आहेत."

करिअरचे उत्तरदायित्व तुमचे आहे

तुमच्याजवळ जगण्यासाठी काहीतरी प्रकल्प हवाच आणि तुम्ही सर्जनशील असल्यामुळे मी म्हणेन की, हा प्रकल्प नैतिक मार्गांनी संपत्तीनिर्मिती घडवण्यावर लक्ष केंद्रित करणारा असला पाहिजे. तुम्हीच जर हे केले नाहीत तर दुसरे कोण करणार? भारताची भरभराट होऊन तो शक्तिशाली कसा बनणार? संपत्ती-निर्मिती खेरीज अन्य कार्यांना समर्पित असणारी करिअर्स कमी दर्जाची आहेत असे माझे म्हणणे नाही, मात्र मी त्यांचे अवास्तव देव्हारे माजवायला तयार नाही.

गूढता व तीव्रतेच्या विविध निरनिराळ्या स्तरांवर कार्यरत असणाऱ्या दौर्षैक-वृत्तीच्या, निराशावादी, शंकेखोर, सावध, सामाजिक स्थानाबद्दल दक्ष व दैववादी माणसांपासून सावध राहा. ते तुम्हाला सावध करतील की - व्यवहारीपणे विचार करा, वास्तववादी राहा, याचाच सर्वसाधारणपणे अर्थ असतो : कसलेही धोके पत्करू नका, काहीतरी सुरक्षित मिळवा. कदाचित ते तुम्हाला 'अस्तित्वअभावाच्या' अंतिम वास्तवावर तत्त्वज्ञानपर व्याख्यानसुद्धा देतील. सहजसाध्य आशावाद ठेवावा अशी स्थिती नाही, हे मी समजू शकतो, पण त्याचप्रमाणे दैववादी निराशावादालाही स्थान नाही. तुम्ही तेजस्वी करिअर घडवण्यासाठी नकारात्मक अथवा उदासीन स्थिती सोडून सकारात्मक बाजूकडे वळले पाहिजे.

करिअरच्या धोरणी व्यवस्थापनामध्ये लिंगभेद अथवा वय हे घटक महत्त्वाचे नसतात हा मुद्दा वादातीत आहे. स्त्री-पुरुष, दोघांमध्येही समान कार्यक्षमता व अंगभूत सामर्थ्ये असतात. तुम्ही विशीचे असा की साठीतले, तुमची सर्जनाची संपदा समान असू शकते - सजगता, उत्साह, जीवनध्येय, लक्ष केंद्रित असणे व कार्यसिद्धीची बांधिलकी यांचा अभाव असणे एवढाच फक्त फरक असू शकतो. आपण फार पटकन व सहजपणे प्रयत्न सोडून देतो, नाही का?

व्यवस्थापन आपल्याला फक्त काम पुरवू शकते, प्रशिक्षण व समुपदेशन देऊ शकते व अनुभवी मार्गदर्शकाची भूमिका बजावू शकते. याचे फायदे कसे करून घ्यायचे ते तुमच्या हातात असते. व्यवस्थापन तुम्हाला स्वयंविकास घडवायला भाग पाडू शकत नाही; ते काम तुमचे तुम्हालाच हाती घ्यावे लागेल. 'नेटवर्क'ने जोडलेल्या क्षेत्रांतील अथवा पुनर्रचित संस्थांमधील नवे नेतृत्व लोकांना आत्मसन्मान लाभू देणाऱ्या व वास्तविक उन्नतीच्या गरजा भागवणारे काम देऊ शकेल. तुम्हाला कोणत्याही संस्थात्मक जडणघडण पद्धतीवर जास्त अवलंबून न राहता जीवन

स्वत:ला हवे तसे घडवायचे असेल तर तुम्ही केवळ नैपुण्य संपादनावर संतुष्ट न राहता, त्यामध्ये तज्ज्ञ होण्याचे ध्येय ठेऊन वाटचालीला प्रारंभ केला पाहिजे. सचिन तेंडुलकर क्रिकेटच्या मैदानात जसा 'मास्टर ब्लास्टर' आहे, तसे तुम्ही तुमच्या व्यवसायाच्या मैदानात 'मास्टर ब्लास्टर' बनण्याचा स्वत:शीच निश्चय केला आहे (प्रकरण ४). आपण आता पुन्हा कोड्याकडे वळू व त्याचा आजवर शिकलेल्या गोष्टी प्रत्यक्ष वापरात आणण्यासाठी काही उपयोग होतो का ते पाहू.

प्रत्यक्ष आचरणाने अधिक सर्जनशीलता प्रकट होते. प्रकरण ३ मधील आकृती पुन्हा पहा.

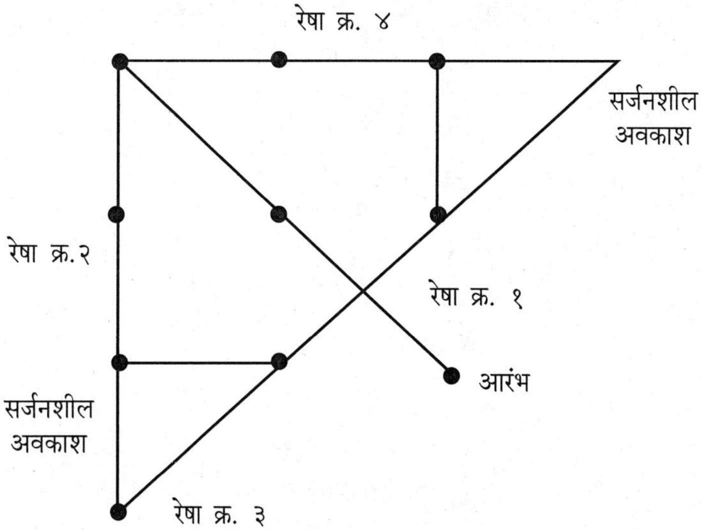

आकृती ६ वी

मी कार्यशाळेमध्ये पहिल्या सत्रात हे कोडे घातले होते. भोजनाच्या सुट्टीनंतरच्या सत्रात एक तरुण म्हणाला, "सर, तुम्ही सांगितलेल्या कोड्याच्या उत्तराचा मी जेवताना विचार करत होतो. तुम्ही कोपऱ्यातील एका बिंदूपासून आरंभ केला होता. पण जर तीन माणसांनी तिन्ही कोपऱ्यांतून आरंभ केला, तर आपण अधिक सर्जनशीलता निर्माण करू शकतो."

मी त्याला खडू दिला. त्याने फळ्यावर खालील आकृती काढली.

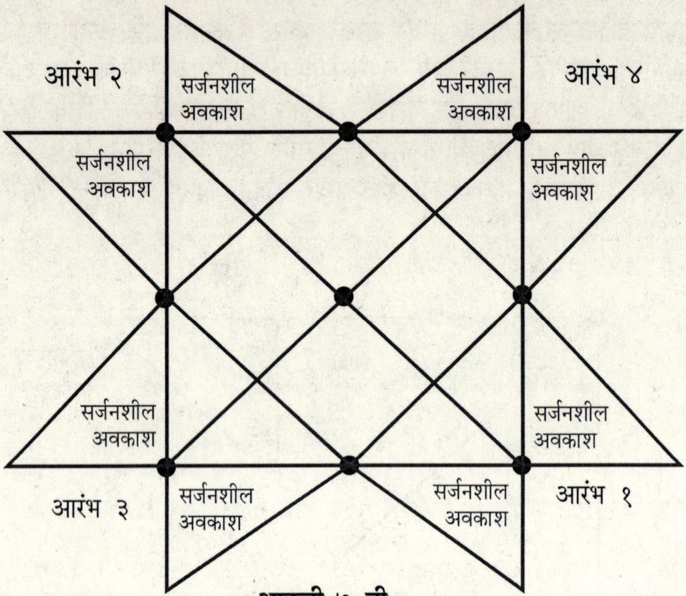

आकृती ७ वी

मी म्हणालो, "उत्तम! चार व्यक्ती त्यांच्या करिअरमध्ये निरनिराळ्या बिंदूंपासून आरंभ करून आपले 'अवकाश' निर्माण करून त्यांच्या जीवनातील प्रश्न सोडवू शकतात. आपण जर समाईक समस्येचा विचार करत असू तर एकत्र काम करण्यासाठी हे उत्तमच आहे, नाही का?

त्याबरोबर आणखी एक तरुणी उठली आणि म्हणाली, "सर, मी जेव्हा याचा विचार करत होते, तेव्हा माझ्या लक्षात आले की, मी आणि माझा नवरा, फक्त आम्ही दोघेच हे करू शकतो."

मी विचारले, "ते कसे?"

त्यावर ती उत्तरली, "आम्ही दोघेही आमचे दोन्ही हात वापरून हे करू शकतो."

मी म्हणालो, "छान! तू तुझ्या नवऱ्यासमवेत जोड करिअरची (प्रकरण २ पाहा) योजना नक्कीच आखू शकतेस, तीसुद्धा प्रचंड मूल्यवर्धन घडवून! हे पाहा, जेव्हा तुम्ही मळलेल्या वाटा तुडवणे टाळून एखाद्या समस्येच्या उत्तरावर लक्ष केंद्रित करायला प्रारंभ करता, इतर लोक समस्या कशा सोडवतात याचे निरीक्षण करता, तुमच्या वैचारिक कक्षा वाढवता व आजवर जे शिकला आहात ते ते स्वत:च्या हाताने करण्याचा प्रयत्न करता, तेव्हा तुम्ही स्वत:चे अवकाश निर्माण

करता व समस्यांची उकल मिळवता.''

या अतिरिक्त सर्जनशील अवकाशाचा समावेश केला असता, आपली यापूर्वीची 'डॉट मॅट्रिक्स' मनोभूमिका अशी दिसेल :

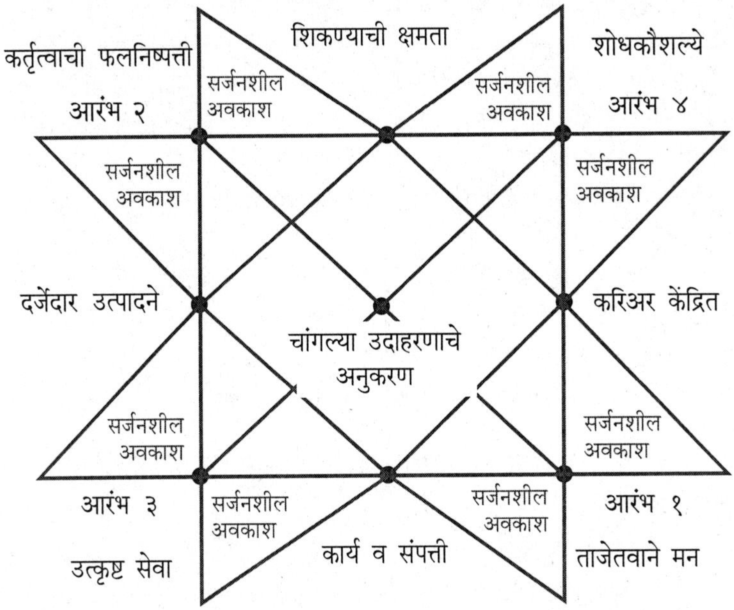

आकृती ८ वी : २१ व्या शतकाच्या मनोभूमिकेचे डॉट मॅट्रिक्स

सुमारे १५ वर्षांपूर्वी, पाकिस्तानचा 'राईट-हँडेड' फलंदाज जावेद मियाँदाद प्रथमच डाव्या हाताने खेळला आणि तो चेंडू सीमेपार टोलवला. त्याच्या डाव्या बाजूला क्षेत्ररक्षक नव्हता. जावेदने नवउपक्रमशीलता दर्शवली. त्याने त्याचे अवकाश निर्माण केले. आता अनेक फलंदाज निरीक्षण, हुशारीचा सराव व धोक्याची पूर्ण जाणीव ठेवून कधीतरी 'असा' फटका टोलवतात.

स्वतःच्या उद्योगाशी एकात्म पावलेल्या व्यवसायिकांकडून शिका

ही नवउपक्रमशीलता – मग ती खेळातील असो वा, कला-संगीत-नृत्य-नाट्य -विज्ञान-उद्योग वा व्यवस्थापनातील - नव्या गोष्टींचा प्रारंभ करण्याच्या इच्छेतून जन्माला येते. माणसाला नावीन्यपूर्ण काहीतरी बनवण्याच्या आंतरिक ऊर्मीची अभिव्यक्ती घडवायची असते. क्रिकेटवीर गावस्कर, टेनिसपटू पेस, व्यंगचित्रकार आर. के. लक्ष्मण, चित्रकार हुसेन, गायक भीमसेन जोशी, द्रष्टे शास्त्रज्ञ अब्दुल कलाम,

धवल क्रांतिकारी वर्गीस कुरियन, घरोघरी ज्ञान पोहोचवणारे रघुनाथ माशेलकर, गृहकर्ज पुरवठादार दीपक पारेख, अथवा आपले माहिती-तंत्रज्ञान क्षेत्रातील आदरणीय नारायण मूर्ती - या सर्वांच्या ध्येय व दृष्टिकोनामागे उद्दिष्टाची जाणीव आहे. अशा प्रकारच्या कुठल्याही व्यक्तीच्या दृष्टीने, भविष्यातील भव्य चित्र पाहण्याची विशिष्ट दृष्टी (Vision) म्हणजे एक उत्तम कल्पनाच नसते, तर ते ध्येयपूर्तीसाठी आंतरिक आवाहन असते. ते त्यांच्या कारागिरीत निपुण असतात. ते सतत नवनवे शिकत असतात. त्यांची निर्मिती त्यांचे करिअर घडवते. या व्यक्ती स्वत:च्या उद्योगाशी एकरूप झालेल्या असतात.

या लोकांच्या जीवनावरून तुमच्यासाठी अ-वर्ग मार्गदर्शक नकाशा उपलब्ध आहे :

अ. तुमच्या करिअरसाठी विशिष्ट दृष्टी (Vision) विकसित करा ;

ब. या भव्यदिव्य विशिष्ट दृष्टीतून निर्माण होणाऱ्या ज्ञानाधिष्ठित व्यवसायांचा कल्पक विचार करा

क. त्यातून स्वत:ला सुयोग्य ठरणारा व्यवसाय निवडा.

वर्गीस कुरियन - सहकारी संस्थांच्या माध्यमातून संपत्तीनिर्मिती घडवणारे द्रष्टे व्यक्तिमत्त्व

आपण वर्गीस कुरियन यांचे जीवनकार्य पाहू.

वर्गीस कुरियन म्हणजे उत्कृष्ट व्यावसायिक व्यवस्थापक होत. धातुविद्याशास्त्राचे इंजिनिअर असणाऱ्या कुरियननी डेअरी उद्योगात नाइलाजाने नोकरी पत्करली होती. त्यांनी सरदार पटेल, त्रिभुवनदास पटेल यांची स्वप्ने व गुजरातच्या कैरा या खेड्यातील गवळ्यांच्या भाबड्या भावना व सुज्ञता यांतून एक भव्य चित्र पाहिले. त्यांनी त्यांचे विचार व स्वप्ने यांमध्ये आकृतिबंध शोधले, म्हणजेच त्यांनी "काय चालले आहे?" त्याचा शोध घेतला, त्यावर विचार केला, त्यादृष्टीने सूत्रबद्ध मांडणी केली. क्रांतिकारी कुरियननी 'धवलक्रांती' घडवली आणि दुग्धोत्पादक लोकांचा जीवनस्तर उंचावण्याचे कार्य केले. हे सर्व त्यांनी सहकारी संस्थांच्या माध्यमातून केले. त्यांनी त्यांचे भव्यदिव्य स्वप्न पत्रांत, चैतन्यमयी प्रेरणेत व कृतींत व्यक्त केले. आपल्याला जे खरोखर हवे आहे, त्यावर त्यांनी सतत लक्ष केंद्रित ठेवले - उदाहरणादाखल सांगायचे तर, त्यांच्या अटींनुसार परदेशी तंत्रविषयक साहाय्य, 'अमूल' चा विकास आणि उच्चस्तरीय स्रोतांकडून - मग ते देशी नोकरशहा असोत की परदेशी देणगीदार संस्था - मिळणाऱ्या धमक्यांना न जुमानता दुग्धोत्पादक सहकारी संस्थांची यशस्विता.

'इंडिया इन्कॉर्पोरेटेड'ला काही विशिष्ट दृष्टी, भविष्यातील भव्यदिव्य स्वप्ने नाहीत असे समजू नका. आताचे राष्ट्रपती डॉ. ए. पी. जे. अब्दुल कलाम या भारत

सरकारच्या सुप्रसिद्ध विज्ञान सल्लागार महोदयांनी 'इंडिया २००० - अ व्हिजन फॉर द न्यू मिलेनियम' मध्ये अतिशय स्फूर्तिदायी 'व्हिजन' शब्दबद्ध केले आहे.

"२०२० सालापर्यंत अथवा त्याही अगोदर 'विकसित भारत' हे स्वप्न नव्हे. बहुसंख्य भारतीयांच्या मनात ते केवळ स्वप्न बनून राहणार नाही. आपण सर्वजण हाती घेऊ शकतो - व त्यामध्ये यशस्वीही होऊ शकतो असे ते जीवितध्येय आहे."

डॉ. कलाम यांनी 'टेक्नॉलॉजी इन्फॉर्मेशन, फोरकास्टिंग अँड ॲसेसमेंट कौन्सिल (TIFAC) या अपूर्व संस्थेत (या संस्थेने 'टेक्नॉलॉजी व्हिजन फॉर इंडिया अप टू २०२०' हे महत्त्वपूर्ण कार्य केले आहे.) काम करत असताना मिळवलेल्या मजबूत माहितीच्या व ज्ञानाच्या आधारे हे 'व्हिजन' शब्दबद्ध केले आहे.

या 'मॉडेल व्हिजन' ची माहिती नसलेली वा त्याचा लाभ न घेतलेली सुपरिचित उद्योग नेतृत्वे फारशी नसतील. पण, त्यांनीसुद्धा विशिष्ट अंतिम ध्येयाचे 'स्वप्न' पाहिलेच पाहिजे. त्यांना वांछित भविष्यकाळाचे चित्र! कुरियन यांचे स्वप्न बहुपैलुयुक्त आहे आणि आपल्यासाठी वरदान आहे. त्यांच्या पारदर्शी बांधिलकीने, बांधिलकी मानून कार्य करणाऱ्या सगळ्या कार्यकारी अधिकाऱ्यांचा पटच मन:चक्षूंसमोर उभा राहतो. अशीच एक व्यक्ती म्हणजे - नारायण मूर्ती.

नारायण मूर्ती - तंत्रज्ञानाच्या माध्यमातून संपत्तीनिर्मिती घडवण्याची बांधिलकी मानणारे नेतृत्व

जानेवारी २००० मध्ये 'इकॉनॉमिक टाईम्स' ने घेतलेल्या एका सर्वेक्षणात 'इन्फोसिस टेक्नॉलॉजीज' या कंपनीची भारतातील सर्वांत स्तुत्य कंपनी म्हणून निवड झाली. या कंपनीचे संस्थापक - अध्यक्ष आहेत नारायण मूर्ती. नारायण मूर्तींनी कानपूरच्या आयआयटी मधून तंत्रज्ञानातील 'मास्टर्स' केले आहे. विद्यार्थिदशेत असताना कट्टर डाव्या विचारसरणीचे असणाऱ्या मूर्तींच्या पुढे ध्यानात आले की, अगदी कडव्यात कडव्या कम्युनिस्ट व्यक्तीलासुद्धा माहीत आहे की, तुम्हाला कठोर परिश्रम घ्यावेच लागणार आहेत, खाजगी क्षेत्राची विशिष्ट भूमिका असते, आणि (दारिद्र्याचे पुनर्वाटप करत न बसता) संपत्तीनिर्मिती घडवण्याचा एकमात्र उपाय म्हणजे अधिकाधिक लोकांना संपत्तीनिर्मिती घडवण्यास प्रोत्साहन देणे. त्यांचा स्वत:साठी, कर्मचाऱ्यांसाठी व भागधारकांसाठी संपत्तीनिर्मिती घडवण्याचा आज-वरचा अविश्वसनीय वाटावा असा साहसी इतिहास व त्यांचे प्रशंसनीय नेतृत्व गुण सुपरिचित आहेत.

अशा प्रकारच्या बऱ्याच नेत्यांमध्ये व्यूहरचनात्मक विचारसरणी, निर्णयक्षमता अशासारखी बरीच समान गुणवैशिष्ट्ये आढळतात, पण मी मुद्दाम उल्लेख करतोय, तो त्यांच्या बांधिलकीचा. त्यांची बांधिलकी आहे - नवा उपक्रम घडवण्याची, भारताचा अभिमान बनलेल्या अखिल जगतात विख्यात पावलेल्या सर्वोच्च माहिती

- तंत्रज्ञान संस्थेची उभारणी घडवण्याची डॉलरमधील कोट्यधीश निर्माण करण्याची ही यादी न संपणारी आहे. ते कुशल संघटक आहेत. ते "कशातून काय घडते," याचा शोध अत्यंत सूक्ष्म शोध घेतात. त्यामुळेच ते क्रांतिकारी इन्टरनेट जगतात प्रचंड विस्तृत स्तरावर प्रगतीच्या लाटा उसळवत आहेत.

अगदी छोट्या स्तरावर सुद्धा, त्यांनी माझ्यासारख्या नगण्य माणसाला त्यांच्यापर्यंत पोहोचू दिले यांतून त्यांची स्तुत्य बांधिलकी दिसून आली. माझ्या एका मित्राने त्यांना माझ्याविषयी व मला माझ्या नियोजित पुस्तकासाठी त्यांची मुलाखत हवी असल्याचे सांगितले होते. मी त्यांच्याशी फोनवर संपर्क साधला असता, ते अत्यंत सौजन्यपूर्वक, थोडक्यात व स्पष्ट बोलले. त्यांनी मला भेटीचे वेळ दिली व ती वेळ पाळली. त्यानंतर त्यांनी मला आणखी एकदा भेटीची वेळ दिली - ही वेळ पाच महिन्यां-नंतरची होती, त्यांनी ही वेळसुद्धा पाळली.

मी थक्क झालो होतो. व्यवसायात अडचणी उभ्या राहात असतात, त्यामुळे भेटीच्या वेळा पुढे ढकलणे भाग पडते, विशेषत: तुमच्या संस्थेबाहेरच्या अनेक लोकांशी तुमचा संबंध येत असतो अशावेळी तर असे घडतेच घडते हे मला माहीत आहे; शिवाय, वचने व भेटीच्या वेळा न पाळणे हा 'उच्च-नीच' यांच्या दरम्यानचा राष्ट्रीय करमणुकीचा खेळ असतो! इथे मला असे सांगायचे आहे की, भेटीच्या नियोजित वेळांच्या शृंखलेचा रचनात्मक घटक निखळला की, वेळ व पैसा यांचा अपव्यय होतो. "कशातून काय घडते" या विचारामुळे मूर्ती सूक्ष्म स्तरावरसुद्धा कृतीच्या संदर्भात बांधीलकी मानतात. ते कधीच कुठली ठरलेली भेट रद्द करत नसतील असे नाही, पण माझ्या लेखी मात्र त्यांचा हा अनुभव स्फूर्तिदायी होता.

'इन्फोसिस' च्या माहिती पुस्तिकेत 'केन्ट इलेक्ट्रॉनिक्स' चे मुख्य माहिती अधिकारी फ्रँक बिलॉन यांचे वचन उद्धृत केले आहे : "आम्ही जे करणार आहोत असे त्यांनी सांगितले होते, ते त्यांनी केले; ते त्यांनी जेव्हा करणार म्हणून सांगितले होते, तेव्हा केले, आणि ते त्यांनी जसे करणार म्हणून सांगितले होते, तसे केले."

इन्फोसिस च्या 'शिकत राहा' संस्कृतीचा प्रारंभ कंपनीप्रमुख नारायण मूर्ती यांच्यापासून होतो. त्यांच्यावर गांधीजींचा प्रभाव आहे, त्यानुसार ते 'बोले तैसा चाले' आचरणात आणतात.

'सेव्हन हॅबिटस् ऑफ हायली इफेक्टिव्ह पीपल' या सर्वाधिक खपाच्या पुस्तकात लेखक स्टीफन कॉव्ही म्हणतात की, "आपली बांधिलकी मानण्याची व शब्द देण्याची आणि ते पाळण्याची क्षमता आपल्या 'प्रभाव वर्तुळा' च्या केंद्रस्थानी असते. बांधिलकीची भावना व्यक्तीमध्ये सामर्थ्य निर्माण करते ... त्यामुळे आपल्या जीवनांमध्ये सर्व सकारात्मक गोष्टी घडणे शक्य होते. प्रभावशालीपणाच्या मूलभूत सवयी जोपासण्यातील अत्यंत महत्त्वाचा घटक म्हणजे स्वत:शीच काही गोष्टी

ठरवणे (Commitment) व त्या पाळणे होय.'' आणि तुम्ही एखाद्याला दिलेला शब्द पाळला नाहीत तर, पुढच्या खेपेला ते तुमच्यावर विश्वास ठेवणार नाहीत.

भारताला वचनभंगाचा इतिहास आहे. 'बीएमए रिव्ह्यू' च्या जुलै-ऑगस्ट १९९४च्या अंकात 'द मिनिमम अजेंडा फॉर प्रोफेशनलायजेशन'या लेखात मी म्हटले होते :

''एकतर आपण क्वचितच काही करण्याचे कबूल करतो. आपण अगदी अखेरपर्यंत वचन देतानासुद्धा कांकू करत असतो. समजा वचन दिलेच तर ते मोडण्यामध्ये आपल्याला जराही अपराधी वाटत नाही. उदाहरणार्थ : मेमो लिहायचे मान्य करणे, फोनला उत्तर देणे, विशिष्ट आमंत्रणांना पोच देणे, बैठकीला हजर राहणे, निरोप पोहोचवणे, इत्यादी. या गोष्टी अगदी साध्या आहेत, पण त्या केल्या जात नाहीत. परिणामी अत्यंत गचाळ सेवा व लज्जास्पद वातावरण तयार होते. वचने न देणे व जबाबदारी टाळणे हे सहकाऱ्यांच्या बाबतीत तुलनेने सर्वाधिक घडते व वरिष्ठांच्या बाबतीत सर्वांत कमी प्रमाणात घडते.

अशी शब्दाची बांधिलकी मानण्यासाठी विख्यात असलेले कार्यकारी अधिकारी या संदर्भात शंभर टक्के परिपूर्ण असल्याचा दावा करत नाहीत. त्यांना वास्तव जीवनातील अडचणींची; कधी परिस्थिती कुणा एका व्यक्तीच्या हाताबाहेरची असते, या गोष्टीची जाणीव असते. तरीसुद्धा त्यांचे मन सतत त्यांना टोचत असते कारण आपण स्वत:च्याच अपेक्षा आचरणात उतरवण्यात यशस्वी ठरत नाही असे त्यांना वाटत असते. तथापि, त्यांना स्वत:विषयी व या संदर्भात ९० टक्के कर्तृत्वाचा आजवरचा इतिहास असणाऱ्या व्यक्तींविषयी अनुकंपा असते आणि मला वाटते, अनुकंपा म्हणजेच अनू आगा.

अनू आगा - दयाशील उद्योगपती

थरमॅक्स समूहाच्या अध्यक्षा - अनू आगा यांनी त्यांचे द्रष्टे पती-रोहिन्टन यांच्या अकाली निधनानंतर या यशस्वी उद्योगाची सूत्रे स्वीकारली. त्यानंतर त्यांच्या मुलाचे कार अपघातात निधन झाले. अनूंनी हा आघात धैर्याने पचवला. अनू दयाशीलतेचे मूर्तिमंत उदाहरण आहेत. अर्थात हे त्यांच्या पारशी वारशाला अनुरूपच होते. (माझ्या मनात पारशी म्हणजेच दयाशीलता असे समीकरण आहे.) ग्राहकांच्या तक्रारींबाबत बेपर्वाई दर्शवलेली पाहून त्यांना अतिशय वाईट वाटते. त्या मला म्हणाल्या होत्या, ''आम्ही आमच्या ग्राहकांना गृहीत धरायला लागणे ही सर्वांत मोठी भीती आहे. संपूर्ण संस्थेला दर्जात्मक सुधारणा व ग्राहकहिताच्या दिशेने सक्रिय करणे हे आज सर्वांत मोठे आव्हान आहे.''

या दयाशील चौकशीमागचा रचनात्मक घटक म्हणजे - 'ग्राहकहित खरोखर परिणामकारक कशामुळे घडू शकेल? गोष्टी कशामुळे घडतात?'

त्या थरमॅक्स मध्ये ग्राहकहिताच्या दिशेने ठोस पावले उचलली जावीत यासाठी

व्यूहरचनात्मक प्रशिक्षणाचा समावेश करत आहेत. अनूंनी 'टाटा इन्स्टिट्यूट ऑफ सोशल सायन्सेस' (TISS) मध्ये समाजशास्त्राचे उच्चशिक्षण घेतले आहे. वाचनाचा अफाट व्यासंग असणाऱ्या अनू, शिकलेल्या गोष्टी प्रत्यक्ष आचरणात आणतात. १९६६ साली त्या 'विपश्यना' ध्यानशिबिराला गेल्या होत्या. त्यांच्या मते, याचा त्यांच्या जीवनावर सर्वांत ठळक परिणाम घडला. यांतील महत्त्वाची गोष्ट म्हणजे त्यांनी विपश्यनेचा सराव अधिकाधिक वाढवला आहे व त्याचे प्रचंड लाभ मिळवले आहेत.

सध्या थरमॅक्स कामगिरीच्या संदर्भात प्रतिकूल परिस्थितीतून वाटचाल करत आहे. संस्थेमध्ये गुणवत्ता निकषांवर कमी पडणाऱ्यांचे (Under-Performers) शेवाळे लक्षणीय प्रमाणात जमा झाले आहे याची अनूंना जाणीव आहे. "काळ नाट्यमयरीत्या बदलल्यामुळे आम्हांला थरमॅक्समध्ये अप्रिय निर्णय घेणे भाग पडणार आहे, त्याची काही जणांना झळ बसेल, पण आम्हांला ही संस्था जिवंत ठेवणे शक्य होईल अशी आशा आहे."

थरमॅक्स-फूजी इलेक्ट्रिक (TFEL) हा संयुक्त उपक्रम बंद करताना, त्यांनी 'फायरसाईड' या त्यांच्या गृहपत्रिकेच्या जानेवारी-मार्च २००० च्या अंकात, त्यांच्या नेहमीच्याच पारदर्शी शैलीत मनातल्या व्यथेला वाट करून दिली होती : "५४ लोकांना नोकरी सोडायला सांगणे संतापजनक आहे व आम्ही ज्या पद्धतीने हे धोरण राबवले त्यामुळे त्यांची वेदना त्याहून कितीतरी दाहक आहे याची मला कल्पना आहे. आम्हाला 'बंद' करण्याचा अनुभव नव्हता. आम्ही परानुभव लक्षात घेऊन कृती करण्याऐवजी, चिंतातुर अवस्थेत कृती केली."

त्या सहजसंबंधांचे पेड उलगडण्याचा प्रयत्न करताना म्हणतात, "आम्ही हीच गोष्ट अधिक संवेदनशीलतेने करू शकलो असतो का? आम्ही पुढच्या वेळी अनावश्यक आधिक्याचा प्रश्न अधिक संवेदनशीलतेने हाताळून वेदनांचे दुःख कमी करू शकतो का?"

ही उत्कट अनुकंपा आहे. 'द फिफ्थ डिसिप्लीन' या पुस्तकात लेखक पीटर सेन्गे म्हणतात की, "अनुकंपा ही केवळ भावनिक अवस्था नाही तर आपण ज्या यंत्रणांत (Systems) कार्यरत असतो, त्या यंत्रणांच्या उच्चस्तरीय जाणिवांचा उपसिद्धान्त असते. परस्परसंबंधांकडे पाहता येण्याच्या सवयीमुळे आपण सर्वजण रचनांमध्ये अडकलेलो आहोत, या गोष्टीचे ज्ञान मिळते. दुसऱ्याला दोष देणे व अपराधीपणाची जाणीव या जुन्या वृत्तींच्या जागी अनुकंपा (Compassion) व परानुभव (Empathy) या वृत्ती येतात."

अनू बंद, कपात, परंपरा व भावना यांच्याशी निगडित रचनांचे प्रश्न सोडवताना 'फिफ्थ डिसिप्लीन' असणारी 'सिस्टिम्स डिसिप्लीन' प्रत्यक्ष आचरणात आणताना दिसतात. त्या त्यांच्या भावना व दृष्टिकोन इतरांशी 'शेअर' करतात आणि ज्या ठिकाणी निर्विवाद पुरावा असेल व वाजवी पर्यायांचे पटण्याजोगे सादरीकरण असेल

त्या ठिकाणी स्वत:ची मते बदलण्यास त्या तयार असतात कारण त्या शिस्तबद्ध विचारवंत आहेत. शिस्तबद्ध विचारवंत म्हणताच आणखी एक नाव माझ्या मनात झटकन उमटते, ते म्हणजे डॉ. रघुनाथ माशेलकर.

रघुनाथ माशेलकर - शिस्तीचे शास्त्रज्ञ - उद्योगपती

सध्या 'कौन्सिल ऑफ सायंटिफिक अॅन्ड इन्डस्ट्रीयल रिसर्च' (CSIR) चे प्रमुख संचालक असलेले रघुनाथ माशेलकर पूर्वी पुण्याच्या 'नॅशनल केमिकल लॅबोरेटरी' (NCL) च्या संचालकपदी होते. मुंबई विद्यापीठातून केमिकल इंजिनिअरिंग मध्ये पीएच.डी. प्राप्त डॉ. माशेलकरांना इंग्लंडच्या 'रॉयल सोसायटी'चे 'फेलो' होण्याचा सन्मान नुकताच लाभला आहे. माशेलकरांना पॉलीमर सायन्स व इंजिनिअरिंग क्षेत्रातील मॉडेलिंग व प्रतिकृती यांमध्ये मुख्यत्वे रस आहे. या क्षेत्रात त्यांनी देशातील अशा प्रकारचा पहिला समूह स्थापन केला. हा देशातील अशा प्रकारचा पहिलाच समूह असणे एवढेच त्याचे अपूर्व वैशिष्ट्य नाही, तर इथली अद्वितीय अखंडता व शिस्तबद्ध पद्धती अपूर्व आहे. पॉलीमर्स संशोधनाच्या आधुनिक युगात ही वैशिष्ट्ये अत्यंत आवश्यक आहेत. या समूहाचा पॉलीमर्स विकासाच्या संदर्भात उद्योगक्षेत्रात सक्रिय सहभाग आहे. अभियांत्रिकी, कृषी, तेल, इ. क्षेत्रांत त्याचा वापर केला जातो. माशेलकरांचे 'मॅक्रोमोलेक्युलर सिस्टिम्स' चे विज्ञान व इंजिअरिंग या क्षेत्रात मूलभूत संशोधन सतत सुरू आहे. त्यांच्या नावावर अनेक प्रकाशने जमा आहेत.

'बिझनेस इंडिया' ने १५ ऑगस्ट १९९७ च्या त्यांच्या विशेषांकात डॉ. माशेलकरांची गणना धीरूभाई अंबानी, मनमोहन सिंग अशा चाकोरीबाहेरच्या नव्या वाटा शोधणाऱ्या मान्यवरांमध्ये केली होती. त्यांनी माशेलकरांना 'ज्ञानविक्रेता' (Knowledge Ped-dler) असे संबोधले होते. नुकताच 'सीएसआयआर'ने अमेरिकेत हळदीच्या पेटंटचा विजय प्राप्त केला. या विजयाने हळदीची पाश्चिमात्य जैवतस्करांच्या तावडीतून सुटका झाली! या हळद प्रकरणाने दाखवून दिले की, आपण आपल्या प्राचीन ज्ञानाची पद्धतशीर कागदोपत्री मांडणी केली तर भारतीय पेटंट हक्क (IPR) पद्धती उपयोगाची ठरते. सध्या ते 'पेटंट, पब्लिश अॅन्ड प्रॉस्पर' हे घोषवाक्य घेऊन पेटंट साक्षरता चळवळीचे नेतृत्व करत आहेत.

माशेलकरांनी 'सीएसआयआर' साठी बौद्धिक संपदा धोरण तयार केले आहे. त्यामध्ये बऱ्याच मुद्द्यांवर विशेष भर देण्यात आला आहे, त्यांपैकी एक म्हणजे : "पेटंटची रूपरेषा अत्यंत कौशल्याने हाताळा - बचावात्मक पद्धतीने व आक्रमकपणे. व्यूहरचनात्मक युती / आंतरराष्ट्रीय विज्ञान व तंत्रज्ञान सहकार्यात प्रगती करण्यासाठी, व्यावसायिक फायदे मिळवण्यासाठी व स्पर्धेवर मात करण्यासाठी अशी कौशल्यपूर्ण हाताळणी आवश्यक आहे."

हळद युद्धातील विजयाने आपल्याला सोदाहरण फलनिष्पत्ती दिसली आहे. हे शास्त्रीय ज्ञान व तांत्रिक कौशल्ये, उत्पादन विकास व सामर्थ्याच्या स्थाननिश्चितीसाठी वापरली जाण्याचा ठोस पुरावा आहे.

विज्ञान व तंत्रज्ञानाखेरीज ज्ञानाच्या इतर कार्यक्षेत्रातील उपक्रमाबद्दल बोलताना माशेलकर म्हणतात,

"ते काटेकोर शास्त्रीय पद्धतीने सुस्थापित ज्ञानक्षेत्राच्या विशिष्ट स्वरूपाशी संबंधित आहेत. अशा पद्धतीत निरीक्षणे, पडताळा, पुनरावृत्ती, गृहीत प्रमेयरचना, सैद्धांतीकरण आणि सार्वत्रिक नियम वा तत्त्वांच्या कमीतकमी संचावर आधारित औपचारिक व सार्वत्रिक साधार रचना यांचा समावेश असतो. पण आणखी एका ज्ञानक्षेत्राची दखल घेतली गेलेली नाही. विकसनशील जगतातील अनेक संस्कृतींनी त्यांच्याकडच्या ज्ञानपद्धतींची जोपासना केली आहे, त्यामध्ये सुधारणा केली आहे. उदा. भूगर्भशास्त्र, इकॉलॉजी, वनस्पतिशास्त्र, कृषिविज्ञान, शरीरविज्ञानशास्त्र व आरोग्य अशा विभिन्न कार्यक्षेत्रांत. आपण आता नव्या शब्दरचनांचा उदय होताना पाहात आहोत, उदा. समांतर, एतद्देशीय व सांस्कृतिक ज्ञानपद्धती. अशा ज्ञानपद्धती ज्ञानसंपादन व निर्मितीच्या इतर मार्गांची अभिव्यक्ती आहेत."

त्यांच्या करिअरमधील विशेष उल्लेखनीय बाब म्हणजे, त्यांनी त्यांच्या केमिकल इंजिनिअरिंग या मूळ विषयाशी निष्ठावंत राहून, विज्ञानाच्या इतर निरनिराळ्या शाखांत-वनस्पतिशास्त्र, इकॉलॉजी, इ. - प्रगती साधली आहे. त्यांचे नेतृत्व भारतातील वैज्ञानिक समुदायाला मार्गदर्शन करत आहे - बहुविधशाखांचे ज्ञान, विभिन्न क्षेत्रांतील संकल्पनांचे एकीकरण आणि वापरता येण्याजोग्या ज्ञानाचे फायदे यांद्वारे भविष्यात भरभराट घडवणे शक्य आहे. आपल्या कार्यक्षेत्राविषयीची अशा प्रकारची सखोल आस्था विशिष्ट दिशा असणाऱ्या व फलनिष्पत्ती घडवणाऱ्या वर्तनाच्या आकृतिबंधात प्रतिबिंबित होते. शोधप्रक्रियेतील रचनात्मक घटक म्हणजे, "कशावर ताबा ठेवता येतो?" प्रयोगशाळेतील प्रयोग वर्तन ताब्यात ठेवण्यास मदत करतात. आपण काय घडवू शकतो हे पाहण्यासाठी तुम्ही विशिष्ट गुणधर्म मर्यादित ठेवून अस्थिर (Variables) घटकांची चाचणी करता.

मी 'डिसिप्लीन' हा शब्द विषयाच्या संदर्भाखेरीज, विशिष्ट कौशल्ये व कार्यक्षमतांच्या संपादनासाठी विकासात्मक मार्ग अशा अर्थाने वापरला आहे. मला याठिकाणी 'हुकूम देऊन भाग पाडलेली' शिस्त असा अर्थ अभिप्रेत नाही. मानवी वर्तनात उपक्रमशीलता मुख्यत्वे स्वेच्छेतून निर्माण होते. जर तुम्हाला साहसी करिअर घडवायचे असेल तर, तुम्ही तुमच्या विषयाशी संबद्ध कार्यक्षमतांत नैपुण्य मिळवण्यासाठी उच्चस्तरीय मानसिक 'डिसिप्लीन' आचरणात आणण्याची आवश्यकता आहे. पीटर सेन्गे म्हणतात, "तुम्ही नदीच्या दुसऱ्या टोकाला म्हणजे पूर्णत्वाला

कधीच पोहोचत नाही. तुम्ही नैपुण्य संपादनात आयुष्य घालवता.''

अशा प्रकारचे नैपुण्य मिळवण्यासाठी आपण प्रत्यक्ष आचरणातील मार्गदर्शक सूत्रे शोधली आहेत.

'डू व्हॉट यू लव्ह, द मनी विल फॉलो' या पुस्तकात लेखिका मार्शा सिनेटर यांनी उद्योगाशी एकरूप झालेल्या व्यक्तींमध्ये आढळणाऱ्या समान गुणवैशिष्ट्यांविषयी लिहिले आहे :

- अशी व्यक्ती आपले कार्य सजगतेने निवडण्यास सक्षम असते व ते निवडण्याची तिची इच्छा असते.
- अशा व्यक्तीला आपल्यात शक्ती आहे, आपण ' निर्मिती' करू शकतो, आपली कृती महत्त्वाची आहे असे वाटत असते - याचाच अर्थ असा की, त्या व्यक्तीच्या मनात आपण बरोबर आहोत याविषयी संदेह नसतो.
- आपल्या कार्यामधून प्रीतीचे अंकुर फुलवण्यामुळे आपली स्वत:वर व इतरांवर प्रेम करण्याची क्षमता वाढते. आपण शक्तिहीन करणाऱ्या, विषारी अथवा चैतन्यभ्रष्ट करणाऱ्या पर्याय व नातेसंबंधांपासून दूर होतो ...आपण आपल्यासाठी अर्थपूर्ण व सुरेख काय असेल, त्याचा शोध घेतो.

प्रत्यक्ष आचरणात आणण्याची मार्गदर्शक सूत्रे

आपल्या अभ्यासातून खालील तक्त्यात दिलेला वृत्ती व कौशल्यांचा संच प्रकट होतो. हा संच म्हणजे नव्या मनोभूमिकेच्या व्यावहारिक उपयोगासाठी महत्त्वाचे 'प्रॅक्टिस किट' आहे.

तक्ता क्रमांक : ३

शोधाचे रचनात्मक घटक	**वृत्ती**	**कौशल्ये**	**आदर्श व्यक्ती**
काय चालले आहे?	विशिष्ट दृष्टी (Vision)	शोध	कुरियन
कशातून काय घडते?	बांधिलकी (Commitment)	शिकत राहणे	नारायण मूर्ती
गोष्टी कशामुळे घडतात?	अनुकंपा (Compassion)	प्रत्यक्ष आचरणात आणणे	अनु आगा
कशावर ताबा ठेवता येतो?	शिस्तबद्ध पद्धत (Discipline)	तंत्रविषयक	माशेलकर

मी कुरियनना विचारले, "तुम्ही अशा अतर्क्य परिस्थितींवर प्रभुत्व मिळवायला शिकण्यासाठी कोणती कौशल्ये वापरलीत ?

त्यावर त्यांनी काय विलक्षण बुद्धिमान उत्तर दिले!

ते म्हणाले, "इच्छा असेल तर कौशल्ये लाभतात."

मी विचारले, "मी तशी 'इच्छा' कशी करू?"

त्यावर कुरियन म्हणाले, "औत्सुक्य ... एखाद्या गोष्टीचा काहीतरी निराळ्या पद्धतीने विचार करा ... एखादी गोष्ट करण्याचा आगळावेगळा हुशारीचा मार्ग शोधा."

मी विचारले, "त्यानंतर?"

कुरियन उत्तरले, "त्यानंतर-अभ्यास, शोध, सराव व प्रत्यक्ष वापर."

हे कृतीमधून शिकणे आहे. या व्यक्तींची निर्मितिक्षमता शिकण्यामुळे वृद्धिंगत झाली. कुरियन, नारायण मूर्ती, अनू आगा व डॉ. रघुनाथ माशेलकर हे सर्वजण शिकत राहणाऱ्या आदर्श व्यक्ती आहेत. हे सर्वजण निरनिराळी पार्श्वभूमी घेऊन आलेले असले तरी त्यांनी करिअर घडवण्यासाठी सतत शिकत राहण्याचा मंत्र अनुसरला.

उच्चकुलीन सिरीयन ख्रिश्चन मल्याळी कुटुंबाची पार्श्वभूमी असणाऱ्या कुरियनना टाटांकडून दरमहा २००० रुपये पगाराची नोकरी मिळत असतानाही त्यांनी आणंदमध्ये दरमहा ३०० रुपये पगाराच्या नोकरीत राहण्याचा निर्णय घेतला, आणि ते त्यांना रस असणाऱ्या म्हणजे मेकॅनिकल इंजिनिअरिंग व धातुविज्ञानशास्त्र या विषयांपासून संपूर्णतः वेगळ्या विषयातील नोकरीमध्ये समरस झाले. पण १९५५ साली आणंद सारख्या अनोळखी ठिकाणी गॅरेजसारख्या चाळवजा घरात शेणाच्या दर्पाच्या सोबतीत राहून त्यांनी डेअरी विकास व सहकारी संस्थांच्या निर्मितीमध्ये काय विलक्षण करिअर घडवले आहे! आणि त्यांना उद्योजकतेचा कसलाही वारसा नसताना!

तंत्रज्ञानकुशल असणाऱ्या, मध्यमवर्गीय कानडी कुटुंबाची पार्श्वभूमी असणाऱ्या, शाळाशिक्षकाच्या पोटी जन्माला आलेल्या नारायण मूर्तींनी त्यांच्या करिअरचा प्रारंभ 'आयआयएम' अहमदाबाद येथे केला. त्यानंतर त्यांनी 'सिस्टिम्स रिसर्च इन्स्टिट्यूट' पुणे येथे व त्यानंतर 'पटनी कॉम्प्युटर्स' मुंबई येथे काम केले. १९८० साली ते 'एचडीएफसी' मध्ये कुणाही सामान्य व्यक्तीसारखे गृहकर्जासाठी गेले होते. १९८१ साली त्यांनी पुण्याच्या मॉडेल कॉलनीत त्यांच्या सहा सहकाऱ्यांसमवेत 'इन्फोसिस'ची स्थापना केली. त्यांनाही कुठल्याच उद्योजकतेचा वारसा नव्हता. तरी त्यांनी केवढे झगझगीत कर्तृत्व घडवून दाखवलेय!

सामाजिक कार्याचे उच्चशिक्षण घेतलेल्या, उच्च मध्यमवर्गीय उद्योजक पार्श्वभूमी असलेल्या गुजराथी भाषिक पारशी कुटुंबातील, गृहिणीच्या भूमिकेत सुखी असणाऱ्या

अनू आगा नवऱ्याच्या आग्रहामुळे नाखुशीनेच व्यवसायात ओढल्या गेल्या, नवऱ्याच्या निधनानंतर त्यांनी 'थरमॅक्स' चा कार्यभार स्वीकारला; वैशिष्ट्यपूर्ण सामर्थ्याने कार्यक्षम टीम एकत्र बांधून ठेवली आणि हृदयात जतन केलेल्या मूल्यांच्या आधारे त्या धैर्याने संस्था चालवत आहेत.

गरीब मराठी कुटुंबात जन्मलेल्या रघुनाथ माशेलकरांनी चौपाटीवर रस्त्यावरील दिव्यांच्या उजेडात अभ्यास केला आहे; त्यांनी मुंबई विद्यापीठातून केमिकल इंजिनिअरिंग मध्ये डॉक्टरेट मिळवली आहे, इंग्लंडच्या सलफोर्ड विद्यापीठातून DSc (Honoris causa) मिळवली आहे; त्यांनी इंग्लंडच्या 'लिव्हरह्यूम इन्स्टिट्यूट' मध्ये करिअरला प्रारंभ केला आणि आज ते वापरता येण्याजोग्या शास्त्रीय ज्ञानाचे मोठ्या प्रमाणात व्यापारीकरण करण्याच्या कार्यात झपाटल्यासारखे गुंतले आहेत. उद्योजकतेचा कसलाही वारसा नसताना संस्थात्मक परिवर्तनाच्या माध्यमातून करिअर विकासाचे हे विलक्षण उदाहरण आहे!

या लोकांमध्ये शिकण्याची क्षमता किती प्रचंड आहे आणि त्यांनी या दिशेने कशी प्रगती केली आहे पाहा! औत्सुक्य, सखोल अभ्यास, शोध, सराव, आत्मसात करणे, प्रयोग, प्रत्यक्ष वापर, अडथळ्यांवर मात, पर्यायांचा शोध, प्रश्नांची उकल, पृथःकरण, ध्यान, चिंतन, अधिकाधिक ... अजून...आणखी... शिकत राहणे - हे सद्‌गुणांचे चक्र त्यांना कर्तृत्वाच्या उंचच उंच शिखरांवर नेऊन ठेवते. मार्शा सिनेटर म्हणतात की, "इतर माणसे फक्त ज्या गोष्टींबद्दल बोलतात, पण करायचे टाळतात, त्या गोष्टी यशस्वी माणसे करून दाखवतात. ते त्यांचा वेळ, साधन-स्रोत व बुद्धिमत्ता यांचे रक्षण करतात ; ते स्वत:ला शिस्त लावून घेतात आणि आपल्या ज्ञानाचा वापर करण्यास प्रवृत्त करतील, उलट अडथळाच करणार नाहीत अशा प्रकारचे सवयीचे आकृतिबंध तयार करतात ; थोडक्यात सांगायचे तर ते स्वत:साठी उपयुक्त ठरेल असे वातावरण निर्माण करण्यात यशस्वी ठरतात.

शिकण्यास पोषक वातावरण

शिकण्यासाठी पूरक-पोषक वातावरणाची आवश्यकता असते. असे वातावरण खुले प्रोत्साहक, प्रयोगशील, विकासाला प्रोत्साहन देणारे व उत्पादनक्षमता, कर्तृत्व व उत्कृष्टता यांना गौरवणारे असते. असे वातावरण सरकार, प्रसारमाध्यमे, शाळा व कुटुंबे घडवू शकतात. आपल्या सरकारने समाजवादी निर्बंध लागू केले आहेत ; प्रसारमाध्यमे दोषैकवृत्ती निर्माण करतात; काही उणिवा वगळता आपली शिक्षणपद्धती ठीक आहे; भारतीय कुटुंबव्यवस्था तर सर्वोत्तमच असते. अशा वातावरणात कुरियन, नारायण मूर्ती, अनू आगा, डॉ. रघुनाथ माशेलकर या व अशा हजारो आदर्श व्यक्तींनी कीर्तिसंपन्न करिअर्स घडवली आहेत. आज वातावरणही कितीतरी

अधिक पूरक आहे.

तुम्ही ध्यान व चिंतन यांसाठी एखादा कोपरा निवडून जागा ठरवा. तुमचे स्वत:चे ग्रंथालय तयार करा, सीडीज, ध्वनिचित्रफिती व मार्गदर्शक सूचना पत्रिका यांचा संग्रह ठेवा. स्वत:चा 'स्कोअर बोर्ड' ठेवा. त्यावर तुमच्या प्राधान्याच्या बाबींची नोंद करा. या नोंदी तुम्हाला स्मरण देण्याचे काम करतील. तुमच्या प्रगतीची लेखी नोंद करा. तुमच्यापाशी संगणक नसेल तर विकत घ्या. तो तुमचा तिसरा पालक, प्रशिक्षक, शिक्षक, गुरू, वाटाड्या सर्व काही बनेल. ज्यांच्या सहवासात तुम्हाला शिकता येईल अशा प्रश्नांची उकल मिळवण्याकडे कल असलेले, उत्साही मित्र शोधा. कदाचित तुम्हाला त्यांच्या सहवासात फारसे सुखकर वाटणार नाही कारण, शिकण्यामध्ये धोका असतो. तुम्हाला त्यांच्या मैत्रीतून काही शिकायचे असेल तर तुम्हाला त्यांच्यासमोर स्वत:मधील उणिवा प्रकट कराव्या लागतील, त्या लपवून चालणार नाहीत. आणि लक्षात ठेवा, स्वयंविकास व शिकण्याच्या प्रत्येक पैलूसाठी मार्गदर्शक सूचनापत्रिका उपलब्ध आहेत. या गोष्टींचे अनंत फायदे असतात. त्या तुमचे अवघे जीवन बदलून टाकतात.

आपल्याला शिकण्यासाठी आदर्श व्यक्ती लागतात ; आणि त्या तर विपुल आहेत! मी माझ्या मुद्याच्या पुष्ट्यर्थ फक्त काही उदाहरणांचा उल्लेख केला. आपण अशा व्यक्ती शोधून काढल्या पाहिजेत कारण, त्या स्वभावत: संकोची असतात. तुमच्या आजूबाजूला एखादा उद्योजक असेल, तुम्ही त्याच्याकडून व्यापाराच्या युक्त्या शिकू शकता. तुम्हाला 'शिष्य' व्हायचे आहे, ही गोष्ट विसरू नका. ज्ञान सहजपणे मिळत नाही. माहिती क्रमाक्रमाने मिळते कारण माहिती ही शक्ती आहे आणि त्यामध्ये पैसा असतो. तुम्हाला जर यशस्वी करिअर घडवायचे असेल तर यशस्वी लोकांच्या पाऊलखुणा धुंडाळा. अशा व्यक्ती समस्या अथवा अवघड कामांना पाठ दाखवून पळ काढत नाहीत. ते त्यांच्या समस्या सोडवतात आणि आणखी समस्या उद्भवल्या तरी ते त्याचा बाऊ करत नाहीत.

तुम्ही शिकलेल्या बाबी प्रत्यक्ष आचरणात आणा

तुम्ही विशिष्ट दृष्टिकोन, जीवनध्येय, उद्दिष्टे, लक्ष्य, आजवरची कामगिरी, कौशल्यांची यादी, कार्यक्षमतेचा स्तर, शिकण्याची क्षमता व उणिवा या संदर्भात तुमचा 'डाटाबेस' बनवला असेलच - पण तुमची प्रगती तुम्ही निवडलेला पर्याय, तुमची एकाग्रता, वेळाचे तासवार व्यवस्थापन व आत्यंतिक कडक शिस्त यांवर अवलंबून असेल.

पर्यायनिवड

तुम्ही तुमचे करिअर व जीवन यासंदर्भात पर्यायनिवड करत आहात. हा

SWOT वा इतर साधनांच्या मदतीने शोधलेल्या उणिवा दूर करण्याचा प्रश्न नाही, तर तुम्हाला खरोखर कुठल्याही परिस्थितीत, जे प्रामाणिकपणे करावेसे वाटते, त्या पर्यायाची तुम्ही निवड करत आहात. या पर्यायाने तुमचा आत्मसन्मान, स्वतंत्रपणे विचार करण्याची कुवत व तुमच्या उपक्रमांमध्ये सहभागी व्यक्ती, बाबी व संकल्पना यांमध्ये सखोल गोवणूक साधण्याची क्षमता वृद्धिंगत केली पाहिजे. तुम्हाला जीवनानुभवात आनंदाची अनुभूती घेता यायला हवी कारण तुमच्याजवळ जे काही आहे; अथवा असणार आहे, ते तुम्ही जबाबदारीने जाणीवपूर्वक निवडले आहे.

पर्यायनिवड हे मनातील उद्देश प्रत्यक्ष कृतीत आणण्याचे महत्त्वपूर्ण वळण असते. तुम्ही निष्क्रियता, मानसिक शैथिल्य आणि भारतीयांचा स्वसमर्थनार्थ शर्कराव-गुंठित नकारात्मकतेकडे असणारा कल यांपासून मुक्ती मिळवण्यास तयार असायला हवे. तुम्ही समृद्ध करिअर घडवण्यासाठी जो जीवनमार्ग निवडला आहेत, त्या मार्गावर ही सगळी कोळिष्टके-जळमटे दूर झटकणे आवश्यक आहे. ती नष्ट करून टाका.

एकाग्रता

पर्याय निवडीनंतरची पायरी म्हणजे तुम्हाला हव्या असणाऱ्या गोष्टीवर चित्त एकवटणे. समजा तुम्हाला माहिती-तंत्रज्ञान कंपन्यांच्या मार्केटिंग विश्लेषणातील कौशल्यप्राप्त व्यक्ती बनायची इच्छा आहे; तर तुम्ही तुमचे अवघे अस्तित्व या ध्येयावर एकवटले पाहिजे. तुमचे लक्ष तुम्ही निवडलेल्या उद्योगाच्या सर्व पैलूंवर अक्षरशः वेडाने झपाटल्यासारखे एकाग्र झाले पाहिजे.

तुम्ही जेव्हा कोडे सोडवायला घेता, तेव्हा एखाद्या बुद्धिबळपटूचे प्रत्येक चालीवर जसे संपूर्ण लक्ष केंद्रित असते, तसे तुमचेही सगळे चित्त त्यावर एकवटलेले असते. तशाच प्रकारे तुमचे चित्त समस्यांची उकल शोधण्यावर एकवटले पाहिजे कारण एकाग्र चित्त ऊर्जा देत असते. जर तुमचे चित्त भय व संताप यांवरच एकवटलेले असेल तर नकारात्मक भावनांची ऊर्जा चेतेल. यातील मूलभूत तत्त्व असे आहे की, ज्या गोष्टीवर तुमचे चित्त एकाग्र होते, ती गोष्ट तुम्हाला भरभरून मिळते.

समजा तुम्ही जाहिरातक्षेत्रातील कार्यकारी अधिकारी आहात, स्वेच्छेने या नोकरीतून दूर होण्याच्या बेतात आहात. अशा वेळी कुठल्याही जुन्या कामाशी खिन्न मनाने रेंगाळू नका. तुम्ही तुम्हाला खराखुरा रस वाटतो अशा बाबी व सध्याच्या गरजा यांवर लक्ष एकवटलेत तर तुम्ही आत्मविकासाचे क्षेत्र निवडाल, जीवनात आजवर अपूर्ण राहिलेली गोष्ट करायचा विचार कराल. कदाचित तुम्हाला तुमच्या परिसरात सर्वोत्तम अभिरुचिसंपन्न स्टेशनरी दुकान उघडायचे असेल, ज्यायोगे तुम्ही केवळ टिकून राहण्याच्या पातळीवर न राहता, त्या उद्योगाशी एकरूप व्हाल.

वेळेचे व्यवस्थापन

वेळ ही संपत्ती आहे; वेळ ही ऊर्जा आहे. हा अत्यंत महागडा साधनस्रोत आहे. ही नाशवंत गोष्ट आहे. या गोष्टीचे इतरांना भेटीसाठी दिलेली वेळ पाळण्याच्या संदर्भातील महत्त्व आपण पाहिले आहे. आता मला तुम्ही 'एकाग्रते' मध्ये 'वेळ' या घटकाचे योगदान काय आहे, त्यावर लक्ष केंद्रित करायला हवे आहे. आपल्याला निरुद्देश गोष्टींमध्ये ऊर्जा वाया घालवण्याची सवय असते. हे कधीतरी ठीक आहे, पण निरुद्देश गोष्टींमध्ये जर वेळ उधळला तर तुमच्या करिअरचे काय होईल, ते तुम्ही जाणताच! ज्ञानसंपन्न करिअर घडवण्यासाठी तुम्ही ध्यान, अभ्यास, कामे, खेळ, करमणूक व खरेखुरे कार्य यांसाठी स्वत:लाच तास, वार वेळा ठरवून देणे आवश्यक आहे.

तुलना ते अनुकंपा, अवलंबित्व ते जबाबदारी, उणीव ते विपुलता, समस्या ते उकल, गोंधळ ते शिस्त आणि सभोवतालशी नाते नसणे ते परस्परबद्धता यादरम्यान मनोवृत्तीत घडणारा बदल वेळखाऊ असतो पण हे अत्यंत मोल्यवान कार्य असते. त्याचा सराव करा आणि त्यासाठी सुयोग्य वेळ राखून ठेवा.

शिकण्याला अवधी लागतो; चिंतनाला त्यापेक्षाही जास्त अवधी लागतो. तुमचे म्हणणे जर ऐकून घेतले जात नसेल तर तुम्ही इतरांसमोर आपलेच म्हणणे दामटलेत तरी त्यामुळे तुमची योयता सिद्ध होणार नाही. असे पुन:पुन्हा घडवण्याचाही काही उपयोग होणार नाही. तुम्ही ज्या माणसाशी बोलत आहात त्या माणसाला रस नसेल किंवा त्याला तुमच्या विश्वासार्हतेबद्दल तितकीशी खात्री नसेल. या इशाऱ्याची दखल घ्या. वेळ आणि एकाग्रता परस्परसंबंधित बाबी आहेत. या दोन्ही गोष्टी एकत्र आल्या की विशिष्ट दिशेने ऊर्जाप्रवाह सुरू होतो. अशा प्रकारचा ऊर्जाप्रवाह एकविसाव्या शतकातील मनोभूमिकेत कार्यान्वित केल्यास तुमचे करिअर भरभरून फुलेल. त्याला शिस्तबद्ध वळण म्हणजेच 'डिसिप्लीन' साहाय्यकारी ठरेल.

'डिसिप्लीन'

'शोभादर्शक यंत्रासारख्या विचारसरणीचे शिस्तबद्ध वळण (Discipline)' मूळ स्वाभाविक इच्छा-आकांक्षांवर - म्हणजे मला काय हवे आहे त्यावर - लक्ष केंद्रित करते - दुय्यम महत्त्वाच्या प्रश्नांवर नव्हे. हा यश व अपयश यांच्या दरम्यानचा निर्णायक महत्त्वाचा घटक (Variant) आहे. तुम्ही तुमच्या ध्येयावर, तुम्हाला जे हवे आहे त्यावर पुन:पुन्हा लक्ष एकवटण्यासाठी जो विनाव्यत्यय, लक्षणीय ठोस वेळ देता, तो म्हणजे खरेखुरे शिस्तबद्ध वळण, अशा प्रकारची विचारसरणी हे स्वाभाविक कौशल्य आहे. लोक योगाच्या वर्गांना जातात ; त्यांपैकी बरेचजण 'फळे' मिळत नसल्याची तक्रार करतात. त्यावर योगशिक्षक म्हणतात

की, याचे कारण म्हणजे हे लोक त्यांच्या वृत्तीला शिस्तबद्ध वळण लावण्यावर लक्ष न देता फक्त शरीरस्थितीवर लक्ष एकवटतात. ही समस्या उद्भवण्याचे कारण म्हणजे, आपण आपल्याला काय हवे आहे व ते साध्य करण्यासाठी आपण काय करणे आवश्यक आहे - या दोन गोष्टी वेगळ्या करत नाही. ही प्रक्रिया महत्त्वाची आहे, पण काहीतरी 'हवे असण्यावर' लक्ष एकवटणे अत्यंत महत्त्वाचे असते.

बेशिस्तीमुळे प्रचंड नुकसान होते; यांमुळे आयुष्य फुकट जाते व करिअरचीही वाट लागते. इतकी वर्षे मी शेकडो उमेदवारांच्या मुलाखती घेतल्या आहेत, त्यामध्ये मला असे आढळून आले आहे की, ज्यांची करिअर्स अव्यवस्थित आहेत, त्यांच्यामध्ये ध्येयापासून भरकटलेपण; अत्यल्प आत्मनिरीक्षण; एकाग्रता, विचारांची स्पष्टता व शिस्त यांचा अभाव आहे; व 'इतरांचे चुकते' असा त्यांचा ठाम समज आहे. ते त्यांची दिशाहीनता लपवण्याचा उत्तम प्रयत्न करतात. 'नसीब का आदमी' व 'चान्स लग गया' अशा शब्दांत नशिबाचा वरदहस्त अथवा सुदैव अशी समजूत वा श्रद्धा वारंवार उफाळून येताना दिसते.

एकदा मी एका प्रादेशिक कार्यालयात, हिशोब व्यवस्थापक पदासाठी एका उमेदवाराची मुलाखत घेतली. या मुलाखतीतून काहीच निष्पन्न होत नाहीय हे लक्षात आल्यावर मी ती आवरती घेतली. खोलीतून बाहेर पडताना त्या उमेदवाराने मला विचारले, "मी माझ्या भावी प्रगतीसाठी काय करू?"

मी उत्तरलो, "आत्मनिरीक्षण."

दोन वर्षांनी आमची पुन्हा भेट झाली. या खेपेला तो मुख्य कार्यालयातील दुसऱ्या एका पदासाठी प्रयत्नशील होता. मी मुलाखतीला प्रारंभ करण्याआधी तो म्हणाला, "सर, तुम्ही मला आत्मनिरीक्षण करायला सांगितले होते, ते मी केले आहे. त्यावरून मी अशा निष्कर्षाप्रत आलो आहे की, माझ्या दोन्ही वरिष्ठांचे चुकत होते, 'त्यांनी' आत्मपरीक्षण करायला हवे."

मला चेहऱ्यावरचे भाव बदलू न देण्यासाठी प्रयत्नांची पराकाष्ठा करावी लागली. त्याची बदलीसाठी तयारी आहे का, वगैरे बोलत असताना, मी त्याच्या पत्नीविषयी विचारले. ती त्याला बरोबर जोखून होती. "ती म्हणते की, मी शिस्तीचा विचारवंत नाही, पण मी तिचे बोलणे विचारात घेत नाही. सर."

मी हे उदाहरण मजेशीर आहे म्हणून सांगत नाहीय, तर यातून एक वस्तुस्थिती प्रकट होते की, बहुतेकसे अयशस्वी उमेदवार शिस्तीचे विचारवंत नसतात.

वस्तुत:, शिस्तबद्ध वळण म्हणजेच 'डिसिप्लीन' हा आपल्या व्यवसायाशी निगडित कार्यक्षमता व कौशल्ये संपादन करण्याचा विकासात्मक मार्ग आहे.

आपण शिकलो आहोत की, तुम्ही 'विचारी व्यवस्थापक' या नात्याने शिस्तबद्ध पद्धतीने तुमच्या कार्यक्षेत्रातील कौशल्यांचा सराव करून, ती अद्ययावत केली नाहीत

तर तुमच्या करिअरचे मार्ग निसरडे बनणार आहे. कायमस्वरूपी विद्यार्थी बनण्यास दुसरा कुठला पर्यायच नाही. तुम्ही जीवनभर शिकत राहणारा विद्यार्थीच राहणे आवश्यक आहे, जो प्रत्येक नव्या दिवसाला शिकण्याची, शोधाची व विकासाची ताजी-टवटवीत संधी मानून उमेदीने आलिंगन देतो आणि यानंतर आपण उपसंहाराकडे वळू.

◆

उपसंहार

कामाविषयी प्रचंड नावड आहे. 'नोकरी' च्या घुसमटवणाऱ्या आवरणात काम करायचेच राहून गेले आहे. ते हेतुपुरस्सर मागे ठेवले गेले आहे, पुढे ढकलले गेले आहे. थोडक्यात काय, कुठल्याही परिस्थितीत केले गेलेले नाही : बँकेचे पासबुक वेळेत दिले जात नाही, एखादा हुकूम ताबडतोब दिला जात नाही, विक्रीशी संबंधित फोन केला जात नाही, वेल्डिंग केले जात नाही, बिल बनवले जात नाही, बैठका पुढे ढकलल्या जातात, उर्मट उत्तरे दिली जातात, ग्राहकांची छळणूक केली जाते, ग्राहकाकडे दुर्लक्ष, खोटी वचने, देय माल पोहोचवण्यास विलंब केला जातो, प्रमाणित नमुन्यापेक्षा कमी दर्जाची उत्पादने बनतात, अगदी गलिच्छ, किरटे हस्ताक्षर, ही सगळी कामे न करण्याची उदाहरणे आहेत. परिणामी गती नाही, फलप्राप्ती नाही, कार्यसिद्धी नाही, निष्कर्ष नाही, कृती नाही! कामगारविषयक कायदे संमत झाले ते कामगारांची प्रतिष्ठा सांभाळण्यासाठी, कार्याची नव्हे. काम ही गोष्ट अत्यंत अप्रतिष्ठित मानली गेली आहे. आपल्याला ज्या कामासाठी पैसे मिळतात ते कामच न करणे हा भ्रष्टाचार आहे. कोट्यवधी नोकरदार याचा मनमुराद आनंद उपभोगत आहेत.

काम असंतोषाने खदखदू लागले. 'नोकरी' ला हमखास अभेद्य सुरक्षित कवच देणारी सरकारी सुरक्षा कामाला योग-विरोधी म्हणूनच अमानवी वाटली. मग कामाने आधुनिक काळातील शस्त्राची म्हणजेच तंत्रज्ञानाची मदत मिळवली. त्याच्या साहाय्याने कार्याने 'नोकरी' च्या बंदिवासातून स्वत:ची धाडसी सुटका करून घेतली आहे. अखेर कामाने स्वत:लाच शृंखलातून मुक्त केले आहे.

अशा प्रकारे विपुल काम उपलब्ध आहे. त्याची खुशामत केली, पूजा केली आणि ते खऱ्याखुऱ्या प्रेमाने केले तर त्याचा पुरेसा मोबदला मिळेल. हे समजून घेण्यासाठी जाणिवेच्या पातळीवर वैचारिक बदल म्हणजेच 'पॅराडाईम शिफ्ट' घडणे आवश्यक आहे. आपण ओरड करत असतो ती ग्राहक सुविधा अशा 'शिफ्ट' मुळेच निर्माण होईल.

४ जानेवारी १९०० रोजी कॅलिफोर्नियात अमेरिकी श्रोतृवृंदासमोर 'कार्य व त्याची गुपिते' या विषयावर बोलताना स्वामी विवेकानंद म्हणाले होते :

''मी माझ्या आयुष्यात शिकलेला एक महान धडा म्हणजे, आपण कार्यपूर्तीकडे जितके लक्ष देतो तितकेच त्याच्या साधनांकडे (Means) पुरवायचे. आपण या साधनांच्या सफाईदारपणाकडे, मजबुतीकडे योग्य लक्ष देण्याची गरज आहे. ही साधने म्हणजेच 'कारण' आहे; त्यामुळे या साधनांकडे लक्ष पुरवणे हे जीवनाचे महान गुपीत आहे.''

आपल्या या आध्यात्मिक पूज्य व्यक्तीच्या सांगण्याकडे त्याच्या मायभूमीत दुर्लक्ष झाले. आता शंभर वर्षांनंतर आपल्या लक्षात आले आहे की, उत्पादनाचा दर्जा, सफाई, पॅकिंग व ग्राहकसुविधा (कार्याचे साधन) यांबाबतीतल्या आपल्या अंगात भिनलेल्या एकूणच बेफिकिरीमुळे आपण आज अशा दुःखद अवस्थेप्रत येऊन ठेपलो आहोत. हा नकारात्मक 'पॅराडाईम शिफ्ट' होता, हे आपल्याला कळून चुकले आहे. आता गरज आहे ती आपल्याला पुन्हा दर्जेदार कार्य व अस्सल ग्राहकसुविधा यांकडे पुन्हा घेऊन जाणाऱ्या वैचारिक बदलाची. हवे तर याला 'कर्मयोग' म्हणा आणि आपण त्यापासून दूर पळण्यासाठी खूप वेळ व ऊर्जा वाया घालवली आहे, ही गोष्ट लक्षात ठेवा.

आपल्यामध्ये हा सगळा बदल घडवणे आवश्यक आहे ही गोष्ट हिंमत खचवणारी वाटतेय का? आपण एक गोष्ट मनावर ठसवली पाहिजे, ती म्हणजे आपण बदलापासून स्वतःचे अतिसंरक्षण करण्याचा प्रयत्न करण्याने प्रत्यक्ष जगण्यापासून दूर राहतो. 'नोकरीच्या सुरक्षिततेशी' असणाऱ्या प्रचंड गोवणुकीने व्यवस्थापक व कामगारांना खुर्च्यांत जखडून ठेवून कौशल्यहीन बनवले आहे. त्यांच्या बैठी कामे करण्याच्या सवयींनी त्यांना पाठदुखीचा 'प्रसाद' तर दिला आहेच, पण त्याहून वाईट गोष्ट म्हणजे त्यांची मनोभूमिका गोठवली आहे. इतर कुठल्याही घटकापेक्षा सुरक्षिततेच्या तीव्र इच्छेने विकासाच्या संदर्भात अधिक नुकसान केले आहे. ही सुरक्षिततेची तीव्र इच्छा जीवनाच्या मध्यवर्ती वास्तवाच्या विरुद्ध टोकाची असते : म्हणजे 'बदल' या संदर्भात जीवन तुम्हाला सुरक्षा, स्थैर्य, चिंता-विवंचनांपासून मुक्ती, मनोवांछित सुरक्षितता या कशाचीही हमी देत नाही; ते काम फक्त मृत्यूच करतो. जीवन म्हणजे प्रवाहीपण.

''तुम्हाला गोष्टींकडे कुठल्या दृष्टीने पाहायचे आहे'' त्यामध्ये नाही, तर ''तुम्ही गोष्टींकडे ज्या दृष्टीने पाहता'' त्यामध्ये बदल घडवणे हे तुमचे कर्तव्य आहे. यांबाबतीत सरकारवर अथवा नशिबावर विसंबून राहणे घातक ठरेल. नवे कार्य वास्तव जाणिवेच्या पातळीवर बदल घडवण्यास भाग पाडत आहे.

'द सेव्हन हॅबिटस् ऑफ हायली इफेक्टिव्ह पीपल' या सुप्रसिद्ध पुस्तकात

लेखक स्टीफन कॉव्ही म्हणतात," 'पॅराडाईम्स' शक्तिशाली असतात, कारण आपण ज्यामधून जगाकडे बघतो ते 'भिंग' बनवण्याचे काम ते करत असतात. 'पॅराडाईम शिफ्ट' ची शक्ती म्हणजेच आवश्यक त्या परिमाणात बदल घडवण्याची शक्ती, मग असा 'शिफ्ट' तात्कालिक असो, किंवा मंद व बुद्धिपुरस्सर प्रक्रिया असो."

नव्या भिंगातून पाहायचे की नाही ते तुम्ही ठरवायचे आहे.

आपण यंत्रणेत (System) बदल घडवायचा आहे, पण उद्देश व प्रक्रिया यांत बदल घडल्याखेरीज लोक बदलणार नाहीत. एकदा गांधीजी बोचऱ्या शब्दांत म्हणाले होते, "प्रत्येकालाच यंत्रणा इतकी परिपूर्ण हवी आहे की, कुणीही अंतर्यामी चांगले असण्याची गरजच नाही. अशी यंत्रणा अस्तित्वात नाही."

'विज्डम ऑफ इनसिक्युरिटी' या उत्कृष्ट पुस्तकात ॲलन वॅटस् म्हणतात, "असुरक्षिततेशी नजर भिडवून उभे राहण्याने ती समजेल असे नाही. ती समजून घेण्यासाठी तुम्ही तिच्या नजरेला नजर भिडवून चालणार नाही, तर ती 'व्हावे' लागेल. याचे तत्त्व काहीसे ज्यूडोसारखे आहे - judo : the gentle (ju) way (do) of mastering an opposing force by giving in to it. - म्हणजेच विरुद्ध शक्तीवर प्रभुत्व मिळवण्याठी तिच्याशी हातमिळवणी करण्याचा सभ्य मार्ग.

जगातील सर्व व्यवस्थापकांपैकी, विशेषत: भारतीय व्यवस्थापकांना जाणिवेच्या स्तरावरील हा बदल घडवणे सोपे वाटेल. कारण आपल्या आध्यात्मिक गुरूंनी जाणिवेच्या उच्च स्तरांवर पोहोचण्याची पद्धत परिपूर्ण केलली आहे. ही आपल्याला पूर्वजांकडून मिळालेली देणगी आहे - आपला अनमोल वारसा! आपल्या व्यवस्थापकांची या कौशल्यांमध्ये तज्ज्ञता प्राप्त करून आपल्या करिअरला दिशा देण्याची क्षमता त्यांना त्यांच्या दैवामध्ये किती खोलवर रस आहे त्यावर अवलंबून राहील.

आता तुमच्या हाती!

मी प्रस्तावनेमध्ये म्हटले होते की, हे पुस्तक तुम्हाला खालील गोष्टी सांगेल :

- नोकरीविरहित अर्थव्यवस्थेच्या नव्या वास्तवाची रूपरेषा ;
- चैतन्यमयी, आपापल्या उद्योगांशी एकरूपता पावलेल्या व्यावसायिकांची करिअर चित्रे;
- तुमचा वैयक्तिक कल व क्षमता यांना अनुरूप होईल असे करिअर आखण्यासाठी मार्ग.

त्यानुसार तुम्हाला रूपरेषा, चित्रे व मार्ग सांगितला आहे. नवी मनोभूमिका तयार झाली आहे. आता तुम्हाला तुमच्या इच्छेनुसार ती कार्यान्वित करायची आहे,

ते तुम्ही कराल याची मला खात्री आहे. तुम्ही ज्ञान-कर्मचारी आहात; आणि ज्ञान म्हणजे ऊर्जा, शिस्त, एकाग्रता, दृढ निश्चय, सहनशीलता, पुढाकाराने काम करणे व या सगळ्याचे एकत्रीकरण.

'द हिडन टिचिंग बियाँड योगा' मध्ये डॉ. पॉल ब्रुन्टन म्हणतात, "इच्छा जिकडे वळवेल, फक्त तिकडेच मन वळले पाहिजे. एकाग्रतेच्या या एकमात्र शक्तिद्वारे बरेच काही साध्य होऊ शकते. ही स्थिर शक्ती आहे. ही शक्ती कुठला उद्देश वा अडथळा यांच्या दिशेने वळवली असता ती अशा विरोधावर मात करते. सर्वांत कठीण पोलाद वितळवणारे ॲसिटिलीन वेल्डिंग-किरण हे शारीरिक एकाग्रतेचे सुयोग्य उदाहरण आहे. त्याचप्रमाणे मनाची इच्छेवर लक्ष एकवटण्याची व ती तिथे टिकवून ठेवण्याची शक्ती अखेर कठीणात कठीण बौद्धिक समस्यांतून सुद्धा मार्ग शोधून काढेलच."

आपण सर्वजण योग-संस्कृतीत मुरलेलो आहोत. त्यामुळे तुम्हाला करिअर विकासाशी संबंधित प्रश्नांकडे सर्वशक्तिनिशी लक्ष पुरवणे अवघड वाटणार नाही.

तथापि, व्यवसाय शोध अथवा निर्मिती यासाठी तीक्ष्ण विवेकबुद्धीची गरज आहे. तुम्ही तुमच्याशी संबंधित बाबींची उत्तरे शोधत असता तेव्हा हे कौशल्य प्रकट होते. हा शोधच आकलनक्षमतेचा स्तर व दुर्बोध गोष्टींचे आकलन होण्याची क्षमता वाढवतो. आपण जेव्हा नव्या क्षितिजांचा शोध घेतो तेव्हा आपले ज्ञान नेहमीच एकवटते. ज्ञान, श्रद्धा व 'उपासना' वृत्तीने केलेली कोणतीही गोष्ट सर्वांत तेजस्वी व फलदायी बनते.

पुन्हा एकदा 'सेव्हन हॅबिटस् ऑफ हायली इफेक्टिव्ह पीपल' मधील कोव्हींचे वचन उद्धृत करतो : "नूतनीकरण हे प्रमुख तत्त्व - आणि प्रक्रिया आहे - जी आपल्याला विकास व परिवर्तनाच्या, सतत सुधारणेच्या उर्ध्वगामी चक्राकार दिशेने नेत असते. आपण शिकत राहिले पाहिजे, बांधिलकी मानली पाहिजे, आणि प्रत्यक्ष कार्य केले पाहिजे. पुन्हा शिकले पाहिजे, बांधिलकी मानली पाहिजे, आणि पुन्हा प्रत्यक्ष कार्य केले पाहिजे."

हे कळकळीचे सुस्पष्ट आवाहन आहे. डॉ. ब्रुन्टन म्हणतात, "तज्ज्ञांची मदत व सातत्यपूर्ण सराव या द्वयींचा मिलाफ ही यशाची गुरुकिल्ली असते."

हे पुस्तक तुम्हाला अशी मदत पुरवेल ;

मात्र सातत्यपूर्ण सराव .... ते तुमच्या हाती आहे!

◆